ഗ്രീൻ ബുക്സ്
ഹിമാലയം
കോവിലൻ

1923ൽ ജൂലായ് 9ന് (1098 മിഥുനം 25) ജനനം.
യഥാർത്ഥ പേര് വി.വി. അയ്യപ്പൻ.
1943-46ൽ റോയൽ ഇന്ത്യൻ നേവിയിലും
1948-68ൽ കോർ ഓഫ് സിഗ്നൽസിലും സേവനമനുഷ്ഠിച്ചു.
കേരള സാഹിത്യ അക്കാദമി അവാർഡ്,
മുട്ടത്തുവർക്കി അവാർഡ്, ബഷീർ അവാർഡ്,
കേന്ദ്ര സാഹിത്യ അക്കാദമി അവാർഡ്,
വയലാർ അവാർഡ്, എൻ.വി. പുരസ്കാരം,
എഴുത്തച്ഛൻ പുരസ്കാരം തുടങ്ങിയ നിരവധി പുരസ്കാരങ്ങൾ.
മലയാളത്തിന്റെ സുവർണ്ണകഥകൾ - കോവിലൻ,
താഴ്‌വരകൾ, തോറ്റങ്ങൾ, ഹിമാലയം എന്നിവ ഗ്രീൻ ബുക്സ്
പ്രസിദ്ധീകരിച്ചു. കോവിലന്റെ സമ്പൂർണ്ണ കൃതികൾ,
തകർന്ന ഹൃദയങ്ങൾ തുടങ്ങിയവ അച്ചടിയിൽ.
2010 ജൂൺ 2ന് കോവിലൻ അന്തരിച്ചു.

നോവൽ
ഹിമാലയം

കോവിലൻ

ഗ്രീൻ ബുക്സ്

green books private limited
little road, ayyanthole, thrissur- 680 003
ph: 0487-2361038
website: www.greenbooksindia.com
e-mail: info@greenbooksindia.com

(malayalam)
himalayam
(novel)
by
kovilan

first published 1973
first green books edition august 2014
copyright reserved

cover design : rajesh chalode

branches:
thrissur 0487-2422515
palakkad 0491-2546162
kannur 0497-2763038
Thiruvananthapuram 9846670899

isbn : 978-81-8423-347-6

---

no part of this publication may be reproduced, or transmitted in any form or by any means, without prior written permission of the publisher

GBPL/594/2014

മുഖക്കുറി

ആരൂഢങ്ങളിൽനിന്ന് കാഴ്ചകളും അനുഭവങ്ങളിൽനിന്ന് വ്യതിരിക്തവ്യവഹാരങ്ങളും ഉറയുന്നു - അവ മണ്ണിൽ കിളിർത്ത് മനസ്സിൽ വേരോടി മൂലപ്രകൃതിയുമായി സംയോജിക്കുന്നു. അങ്ങനെ തത്ത്വാന്വേഷിയുടെ നിസ്സംഗത കൈവരിക്കുന്നു അതാണ് കോവിലൻ ശൈലി. മറ്റാർക്കും അവകാശപ്പെടാനില്ലാത്ത സൂര്യസമാനതേജസ്സ് വായനക്കാരനെ ചൂഴ്ന്ന് നിൽക്കുന്നു. അവിടെയാണ് കോവിലന്റെ രചനകൾ തീവ്രതരമായ അനുഭവമാകുന്നത്. ചികഞ്ഞു ചികഞ്ഞു നോക്കിയാൽ മാത്രം കാണുന്ന അർത്ഥഗരിമയോടെ കാലത്തിന്റെ ശബ്ദം കേൾപ്പിക്കുന്നു. ഭീതിദവും ദയാരഹിതവുമായ പട്ടാളജീവിതത്തെ അനാവരണം ചെയ്യുന്നതോടൊപ്പം ഗൃഹാതുരമായ ഓർമ്മകളെ ഹിമാലയക്കാഴ്കൾ പങ്കുവെയ്ക്കുന്നു. ഭാഷ, പ്രമേയം, മിത്ത് എന്നീ ത്രിമാനവൈചിത്ര്യം ഉൾക്കൊള്ളുന്ന ആദിമധ്യാന്തപ്പൊരുത്തത്തിന്റെ ഗാംഭീര്യമാണ് കോവിലന്റെ ഹിമാലയം എന്ന കൃതി.

കൃഷ്ണദാസ്
മാനേജിങ് എഡിറ്റർ

പകൽ

ഒന്ന്

തിബത്തൻ!

തിബത്തൻ വീണ്ടും വന്നു, ഈച്ചയെപ്പോലെ, പെട്ടെന്നുണർന്ന രോമകൂപങ്ങൾ അടിയുടുപ്പുകളിൽ പൊട്ടിപ്പൊരിഞ്ഞു. ഉറക്കത്തിൽ തന്നെ രാജൻ റൈഫിൾ തപ്പി. ഒരടുക്കു കമ്പിളികളുടെ മെത്തവിരിക്കടിയിൽ, റൈഫിൾ മരുങ്ങിന്നു കിടത്തിയിട്ടാണ് സ്ലീപ്പിങ്ങ് ബാഗിൽ നുഴഞ്ഞിറങ്ങുക. ഉറക്കം ഞെട്ടുമ്പോഴെല്ലാം റൈഫിൾ തപ്പുന്നു. അമ്മ മുലക്കുഞ്ഞിനെ തപ്പുന്നു. റൈഫിളിൽ തട്ടിയ വിരലിൽ, നഖത്തിന്നടിയിൽ മാംസപടലം നീറി.

തിബത്തൻ ചിരിച്ചു.

ബങ്കറിന്റെ വാതിൽ ആരാണ് തുറന്നിട്ടത്?

ഈച്ച.

അവന്റെ ചിരിയിൽ ഈച്ചയുടെ ചിറകുകൾ മുഴങ്ങി. ഈച്ച ചിരിക്കുമ്പോഴും കരയുമ്പോഴും ഒരേ മുഴക്കംതന്നെ.

തിബത്തൻ ചിരിക്കുമ്പോൾ-

തിബത്തൻ കരയുന്നു.

അവന്റെ പഴുത്ത പല്ലുകൾ കൊഴിച്ച ദുർഗന്ധം ശീതസാന്ദ്രതയി ലുറഞ്ഞ് നീരാവിയായി, നീലഫണമായി, ഇഴഞ്ഞുവന്നു. കാലുകൾ ഞെട്ടി വലിച്ചപ്പോൾ, ബോൾട്ടിൽ തട്ടി. എണീറ്റിരുന്ന് കാൽമുട്ടു തിരുമ്മുമ്പോൾ, തിബത്തൻ ഇല്ല. ദേവതാരത്തിന്റെ നിഴൽ വാതിൽക്കൽ, നിലാവിൽ ശയി ക്കുന്നു.

.....ചാണകം മെഴുകിയ മുറ്റം തിലോദകത്തിൽ കുതിർന്നിട്ടുണ്ടായിരുന്നു. കോടിയിൽ പൊതിഞ്ഞ് വാഴയിലയിൽ വായ കീറിക്കിടത്തിയ ശവത്തിന്റെ പാദങ്ങളിൽ പടിഞ്ഞപ്പോഴാണ് ആ ഗന്ധം നടാടെ ശ്വസിച്ചത്. മരണത്തിന്റെ ഓർമ്മക്കുറിപോലെ. ശേഷം ചീന്തിയ ചുടുകോടി നെറ്റിക്കുകെട്ടി പുല തെളിവരെ മകൻ നടന്നു. പിന്നെ എല്ലാമങ്ങു മറക്കുകയും ചെയ്തു. ഒരു ജന്മത്തിന്റെ പരക്കം പാച്ചിലിൽ, അവൻ ഹിമാലയത്തിലെത്തി. എന്നാൽ, എത്തിയെന്ന് രാജൻ വിശ്വസിക്കുന്നില്ല.

ഒരു യാത്രയെക്കുറിച്ചോർക്കുമ്പോൾ–

യാത്രയെക്കുറിച്ചോർക്കുകയല്ല.

അതീതങ്ങളുടെ പരിവാഹത്തിൽ മുങ്ങുന്ന മനസ്സ് ചൂടുവെള്ളത്തിൽ വീണ പൂച്ചയാകുന്നു. വെള്ളം ആറിത്തണുത്തു. പൂച്ച പച്ചവെള്ളം കണ്ടാൽ ഭയപ്പെടുന്നു.

എന്നാൽ, ഹവിൽദാർ രാജൻ ധീരൻ, അയാളെവിടെയും മുമ്പൻ.

ഉറക്കത്തിന്റെ മൃദുലാംഗുലികൾ പൊയ്മുഖമഴിക്കുമ്പോൾ, അതീതമായൊരു യാത്രയുടെ ഓർമ്മകൾ അയാളെ ഭയപ്പെടുത്തുന്നു.

നാഥുലാറോഡിൽ നാട്ടിയ വിജ്ഞാപനത്തിന്റെ സാരമെന്ത്?

സഹീസലാമത് ഇസീ രാസ്താ വാപസ് ആനാ തോ...

റോഡിലെ ഭവിഷ്യത്തുകളെക്കുറിച്ചായിരുന്നു എപ്പോഴും വർത്തമാനം. വെച്ചടിക്ക് മരണം പതിയിരിക്കുന്നു. ഖുൻനാലയിലൂടെ സഞ്ചരിച്ചെത്തിയവരാണ് ഭയപ്പെടുന്നത്. ഒരു തോടിന് ചോരപ്പുഴയെന്നു പേരിട്ടവർ അതിൽ മറിഞ്ഞു മരിച്ചവരല്ല.

കൺവോയ് സീറോ ചെക്ക് പോസ്റ്റിൽ നിന്നു, ആളും വാളും കണക്കു കൊടുക്കാൻ തോമസ് ചെക്ക് പോസ്റ്റിലേക്കു നടന്നു. രാജൻ റോഡിലിറങ്ങി നിന്നു.

സീറോ എന്നാൽ കന്നി, അനാദി.

നാളുകളായി കൺവോയ് നട്ടംതിരിഞ്ഞ മലയിടുക്കുകളും നദീതടങ്ങളും നീർച്ചാലുകളും താഴ്വരകളും മനസ്സിൽ തങ്ങിയില്ല. സീറോവിൽ ഒരു ലോകമുയിർക്കുന്നു. ഇവിടെ പർവ്വതങ്ങൾ ആകാശങ്ങളോളമുയരുന്നു. താഴ്വരകൾ പാതാളങ്ങളിലേക്ക് താഴുന്നു.

അല്പനായ മനുഷ്യൻ.

ഉറുമ്പ്.

റോഡെന്ന അരഞ്ഞാണിൽ തൂങ്ങി.

ആളും വാളും തെര്യപ്പെടുത്തി തിരിച്ചുവന്നപ്പോൾ തോമസ് പറഞ്ഞു:

ദേ കെടക്കുന്നു, കണ്ടോ?

ഉറുമ്പിന്റെ ദൃഷ്ടിയിൽ ചുരത്തിലേക്കരിക്കുന്നു.

എന്നാൽ ചുരമെവിടെ?

നുകം വെക്കാൻ തെളിച്ചുനിർത്തിയ കാളകൾ കരിച്ചാലിൽനിന്ന് വെകിളിയെടുത്തു പാഞ്ഞു. മുന്നോട്ടു മുന്നോട്ടു കുതിച്ചുകയറിയ പൂഞ്ഞക്കാളകൾ മറുകണ്ടം ചാടാനാകാതെ നുകം കൊള്ളുന്നേടത്ത് ത്രൈയംബകം കനപ്പിച്ചു കിടന്നു. ചാപത്തിന്റെ കുഴിഞ്ഞ മധ്യത്തിലേക്ക് തോമസ് ചൂണ്ടിനിന്നു.

അതിവിസ്തൃതമായ പാഴ്ക്കണ്ടം പോലെ കാളകൾക്കിടയിൽ താഴ്വരകൾ കലങ്ങിക്കിടന്നു. അരയാലിലപോലെ. കാളകളിട്ടോടിയ കരിച്ചാലിന്റെ അഗാധഗർത്തത്തിന്നു മീതെ, അരയാലിലയുടെ വാലിൽ സീറോ, സീറോവിനു പിന്നിൽ കൊട്ടാരം, കൊട്ടാരത്തിനു താഴെ അധിത്യകകളിൽ പട്ടണം ചിതറിക്കിടക്കുന്നു.

സീറോവിന്നു മുന്നിൽ–

സീറോവിന്നു മുന്നിൽ കരിമ്പൂച്ച. പൂച്ചയുടെ കണ്ണിൽ തീക്കൊള്ളി.

രാജൻ പൂച്ചയെ വെറുക്കുന്നു.

എന്തിനു വെറുക്കുന്നു?

പാമ്പിനെ പേടിക്കുന്നു.

എന്തിനു പേടിക്കുന്നു?

പൂച്ചയും പാമ്പും മൂങ്ങയും കഴുകനും സൈനിക ചിഹ്നങ്ങളാകുന്നു. അയാളണിയുന്ന മുദ്ര പൂച്ചയാകുന്നു. ദ ബ്ലാക്ക് ക്യാറ്റ്.

മഞ്ഞപ്പലകയുടെ മുകളിൽ, നടുവിൽ കരിമ്പൂച്ച എടുത്തുപിടിച്ചു നിന്നു. താഴെ ചൊകന്ന ലിപികളിൽ–

നിൽക്കൂ, വായിക്കൂ...

നിന്നു, വായിച്ചു.

സഹീസലാമത്...

ഇതു വാക്കോ വാക്യമോ ഭാഷയോ?

നേരെചൊവ്വെ.

ഭദ്രം.

മനുഷ്യക്ഷേമത്തിന്റെ ക്ഷീരബലയുറയുന്ന ചൊകന്ന ലിപികളിൽ ഹൃദ്രക്തം തുളുമ്പി. ഇതേ വഴിയിലൂടെ ഭദ്രമായി തിരിച്ചുവരാൻ മോഹമുണ്ടെങ്കിൽ, സൂക്ഷിച്ചുപോകൂ.

വായിച്ചുവോ?

എങ്കിൽ പോയ്ക്കൊള്ളൂ.

ഗിയർ തട്ടിയിടുമ്പോൾ തോമസ് പറഞ്ഞു.

പുല്ല്.

എന്താ പറഞ്ഞത് തോമസ്?

പിമ്പേ വരുന്നവൻ വായിച്ചുവരട്ടെ.

വന്ന വഴിയിലൂടെ തിരിച്ചുപോകാമോ?

അശ്ലീലം നിഗൂഹനം ചെയ്തു ശീലിക്കുമ്പോൾ പരിചയിച്ച ചോദ്യം ഓർമ്മയിലെത്തി. ആ ചോദ്യം പ്രാചീനം.

11

തിരിച്ചുപോക്കില്ലല്ലൊ.

എന്താണ് തോമസ് പറഞ്ഞത്?

അവസാനിക്കാത്ത യാത്രയിൽ തിരിച്ചുപോക്കില്ലല്ലൊ.

ഇതൊരു റോഡല്ല, നൂൽപ്പാലമാകുന്നു. നൂൽപ്പാലം പർവ്വതങ്ങളെ കുത്തിക്കോർക്കുന്നു. ആ നൂലിൽ പർവ്വതങ്ങൾ കറങ്ങുന്നു. എന്നാൽ റോഡുണ്ട്. വണ്ടിയുടെ നാലു ചക്രങ്ങൾ നിലം തഞ്ചി ഉരുളുന്നുണ്ട്. അരിച്ചരിച്ചു നീങ്ങുമ്പോൾ, കയറുമ്പോൾ, തിരിയുമ്പോൾ, മുന്നിലെ വണ്ടി കാണാൻ വയ്യ. മഞ്ഞാണോ മഴയാണോ? മഞ്ഞല്ല മഴയുമല്ല, അന്ധകാരമാകുന്നു. വിൻഡ്സ്ക്രീനിൽ പടർന്നടിയുമ്പോൾ അന്ധകാരം നീരടരായലിയുന്നു. നീരടരിന്നു മീതെ വൈപ്പർ സർവ്വദാ വേത്തിയാടി. വൈപ്പർ നീങ്ങിക്കഴിഞ്ഞാൽ മതി, തുടച്ചേടത്തന്ധകാരമടിഞ്ഞു.

ഇതൊരു ഞാണിന്മേൽക്കളിയാകുന്നു. അഭ്യാസി പാലം കടക്കുന്നു.

വീലിൽ, തോമസിന്റെ വിരൽത്തുമ്പുകളിൽ ജീവനാളം പിടഞ്ഞു. വാട്ടം പിടിച്ച് വൺടണ്ണർ നിരങ്ങി. ഹെയർപിൻ വളവുകളോ? ഒരൊറ്റ വളവിലും റോഡിന്റെ മടക്കുകൾ സമാന്തരമല്ലല്ലോ. അന്നപഥംപോലെ ചെറുകുടൽ പോലെ, പെരുകുടൽ പോലെ... അല്ല, അല്ല. വളവുതിരിഞ്ഞാൽ മുന്നിലൊരു കയറ്റം. വളവു തിരിയുമ്പോൾ ഈ കയറ്റത്തിന്റെ തൂക്കവും ദിശയുമജ്ഞാതം. ബദ്ധപ്പെട്ട് ഗിയർ താഴ്ത്തുമ്പോൾ യന്ത്രം ന്യൂട്രലിൽപ്പെട്ടു. ബ്രേക്കുകളിൽ ജീവൻ തപ്പിപിടിച്ചു. പിന്നിൽ, പാതാളത്തിലേക്ക് ഈ തിരിവിൽ ഇന്നലെ ഒമ്പതെണ്ണം മറിഞ്ഞു. ഇത് ഒമ്പതാംകല്ലാകുന്നു... റോഡുവേലക്കാർ പറഞ്ഞു. ബ്രേക്കുകളിൽ വണ്ടി നിൽക്കുന്നില്ല. വേലക്കാർ കരിങ്കല്ലിട്ട് വണ്ടി തടഞ്ഞു. റോഡിലെമ്പാടും കരിങ്കല്ലുകൾ, എമ്പാടും വേലക്കാർ. അവർ ഗൂർക്കകൾ, ഭൂട്ടിയകൾ, തിബത്തർ, കഴുതകൾ. അവരാണും പെണ്ണും കല്ലു ചുമന്നു, മുതുകിൽ. മുതുകിൽ കരിങ്കല്ലു താങ്ങുന്ന കയറ് തോളിലൂടെയെടുത്ത് കടിച്ചുപിടിച്ച് കയറിന്നിടയിൽ ചൂളം പാടി, പാട്ടുകൾ മൂളി അവർ നടന്നു. ഇതെന്തു പ്രയത്നം! സംഗീതം! അവരീ മലയിൽ നടനം ചെയ്തു.

കല്ലിട്ടുനിർത്തിയ വൺടണ്ണറിളകുമ്പോൾ മുന്നിൽ ഒരു ചെറുക്കൻ, നാറി, ഒരു ജോഡി വിരലുകൾ ഞെടിച്ച് അവൻ ചോദിച്ചു.

സെഗരറ്റ്.

എന്താ നിനക്കു വേണ്ടത്?

വിദേശിയുടെ ചുണ്ടുകളിൽ കുട്ടി സദുദ്ദേശ്യം തിരഞ്ഞു. അവൻ പറഞ്ഞു.

സെഗരറ്റ്.

ഞെരുങ്ങിക്കയറുന്ന വണ്ടിക്കൊപ്പം അവൻ കൈനീട്ടി നടന്നു.

ഗൂർക്കയാണോ?

അല്ല.

ഭൂട്ടിയയാണോ?

അല്ല.

തിബത്തനാണോ?

സെഗരറ്റ്.

നിന്റെ ദൈവം പഞ്ചൻലാമയോ ദലായിയോ?

അവന്റെ കണ്ണുകളിടിഞ്ഞു. ഇടിഞ്ഞ കണ്ണുകളിൽ അവൻ ചിരിച്ചോ കരഞ്ഞോ? ദൈവത്തെക്കുറിച്ചും ലാമയെക്കുറിച്ചും എന്തിനാണവനോടു ചോദിച്ചത്? ഈ കൊടുംതണുപ്പിൽ വിരലുകൾ പേരുന്നില്ല. ബട്ടനഴിക്കാനും പാക്കറ്റെടുക്കാനും തുറക്കാനും ഒരു സിഗരറ്റെടുക്കാനും - ഒരു സിഗരറ്റ് പിടിക്കാൻ വിരലുകൾക്ക് ജീവനില്ല. അല്പം ചൂടാക്കണം. ജീവൻ ചൂടാകുന്നു. കയറ്റം കയറുന്ന വണ്ടിയോടൊപ്പം കുട്ടി നടന്നു. സിഗരറ്റു കിട്ടിയപ്പോൾ ഒട്ടുനേരം നിന്നു. അവൻ കുമ്പിട്ടു.

നിന്റെ ദൈവം....

ആ കുട്ടി നിവർന്നുനിന്നപ്പോൾ അവന്റെ കൈയിൽ പിടിച്ചാലൊതുങ്ങാത്ത കരിങ്കല്ലുണ്ടായിരുന്നു. അവൻ ചോടെടുത്ത് ആഞ്ഞുനിന്നു. അവന്റെ കണ്ണുകളിൽ രോഷം. എന്നാൽ, അവൻ കല്ലെറിഞ്ഞില്ല. ഭാവഹാവങ്ങൾ പൂർത്തിയാക്കി കല്ല് താഴത്തിട്ട് അവൻ എളിയിൽ കൈകുത്തിനിന്നു. അവന്റെ ചുണ്ടുകളിൽ ദാനം കിട്ടിയ സിഗരറ്റിന്റെ ബാരൽ തെറിച്ചുനിന്നു.

ഒരു നോക്കിൽ, മറിഞ്ഞ വണ്ടികളുടെ അവശിഷ്ടങ്ങൾ അഗാധതകളിൽ കണ്ടു. ഇത് ഒമ്പതാം കല്ലാകുന്നു. ഈ തിരിവിൽ ഇന്നലെ ഒമ്പതെണ്ണം മറിഞ്ഞു... വൺടണ്ണർ ഇടതുള്ളുമ്പോഴെല്ലാം നെഞ്ചിൽ കിളി പറന്നു. ആരാണ് പറഞ്ഞത്, ഒരിക്കലേ മരിക്കൂ എന്ന്? കിളിയെ പൊത്തിവെയ്ക്കാൻ ഞെട്ടിത്തെറിച്ച കൈക്കുമ്പിൾ വിരലുകൾ സങ്കോചംകൊണ്ടു. മരവിക്കുന്ന കാലുകൾ എഞ്ചിൻകവറിലേക്കു നീട്ടി കിളിയെപ്പൊതുക്കിയിരുന്നു. മോട്ടോറിന്റെ നാദം ചെകിടുകളിൽ ചൂളം കുത്തി.

ആരാണെന്നെ വിളിക്കുന്നത്?

തലയ്ക്കുമീതെ ഈച്ചയുടെ ജെറ്റ് വട്ടം ചുറ്റി. ഈച്ച ചിരിച്ചോ കരഞ്ഞോ വിളിച്ചോ? അവൻ കറങ്ങുന്ന ചുഴി കിണറായി. പാതാളമായി, മരണത്തിന്റെ അഗാധതകളായി. വണ്ടിയുടെ ഇടത്തെ ചക്രം ശൂന്യതയിലേക്ക് താഴുകയായിരുന്നു.

നോക്കിയോ കണ്ടോ?

അയാളുടെ വലംകൈയ്ക്ക്, വീലിൽ പിടിയുറയ്ക്കാതെ തോമസ് ഇരുന്നു വിറച്ചു. വൺ ടണ്ണർ ഇളകുന്നില്ല. വൺ ടണ്ണർ മരിച്ചു. അതിന്റെ

മെഷീൻ നിശ്ചലം. ഒരു വിറയൽ ശേഷിപ്പുണ്ടായിരുന്നു. ജീവൻ വറ്റുന്ന നിമിഷങ്ങൾ. കോശകോശാന്തരം വിറച്ചു.

വൺ ടണ്ണർ മറിഞ്ഞില്ല.

രാജന്റെ ഇടത്തേ വശത്ത് റോഡില്ല, ഭൂമിയില്ല, പാതാളമായിരുന്നു. ഈ പാതാളത്തിലേക്ക് നോക്കാൻ ധൈര്യമുണ്ടായില്ല. ഇതിനെ അഗാധതകളെന്നോ അജ്ഞേയമായ അന്ധകാരമെന്നോ എന്താണു വിളിക്കുക?

അഗാധതകളിൽ മരണം മുഴങ്ങി.

...വൃത്തികെട്ടൊരു വികൃതിച്ചെറുക്കനായിരുന്നു, രാജു. ഒന്നിലും രസം തോന്നാത്തപ്പോൾ അവൻ ഈച്ചകളെ ഈർക്കിലിൽ കോർത്തു രസിച്ചു. പ്രാണസഞ്ചാരത്തിൽ പമ്പരം തിരിയുന്ന ഈച്ചകളുടെ മരണവെപ്രാളം അവന്റെ വട്ടച്ചുണ്ടുകൾ പകർത്തി.

ഭൂ...ഭൂ....ഭൂം.

ഈർക്കിലിയിൽ ചത്തടങ്ങിയ ഈച്ചകൾ പാതാളങ്ങളിൽ മുഴങ്ങി.

അവരുടെ വിളിയാണ് മുമ്പേ കേട്ടത്.

എത്രനേരമിരിക്കും?

മറിഞ്ഞാലോ?

ധീരനായ ഹവിൽദാർ....

വിറച്ചുവിറച്ചിരിക്കുന്ന തോമസിന്റെ മടിയിലൂടെ നൂണിറങ്ങുമ്പോൾ, തോമസിനെക്കുറിച്ചോ നഷ്ടപ്പെട്ടേക്കാവുന്ന വണ്ടിയെക്കുറിച്ചോ-

ഞാൻ, ഞാൻ, ഞാൻ....

ഞാൻ ഇറങ്ങി നിലംപറ്റുംവരെ മറിയരുതേ!

തോമസ് അനങ്ങിയില്ല. അവൻ ഡ്രൈവർ. അവന്റെ കൈകൾ ജീവൻ പിടിച്ച് വീലിൽ തളർന്നുകിടന്നു. ഇറങ്ങിക്കിട്ടിയപ്പോൾ സാഹസം നടിച്ച് തോമസിനോടു ചോദിച്ചു.

എന്തുപറ്റി?

എപ്പഴോ മുട്ടിനിന്ന ഈ ചോദ്യം എന്തുകൊണ്ടിതേ വരെ ചോദിച്ചില്ലെന്ന് അയാൾക്കുടനെ പിടിപാടുണ്ടായി, ശ്വാസമനക്കിയാൽ ഈ നൂലിൽ, ഞാണിൽനിന്ന് തെന്നിപ്പോകുമെന്നു ഭയപ്പെട്ടു. തന്നിലിപ്പോഴും ജീവനുണ്ടെന്ന് തന്നത്താൻ ബോധ്യപ്പെടുത്താൻ അയാൾ വണ്ടിക്കു ചുറ്റും കണ്ണോടിച്ചു നടന്നു. ഇടത്തെ മുൻചക്രം ഒരു കല്ലിൽ കുടുങ്ങിയതുകൊണ്ടാണ് രക്ഷപ്പെട്ടത്. എന്നാൽ, തലകറങ്ങുന്നു. ഈച്ചകൾ മുഴങ്ങുന്നു. നിന്നേടം കുഴിഞ്ഞുപോകുന്നുണ്ട്. വലത്തോട്ട്, ഇനിയും വലത്തോട്ട്, കുശാഗ്രബുദ്ധിയോടെ അടിവെച്ചുനീങ്ങി, പർവ്വതത്തിന്റെ നെടുംകോട്ടയ്ക്കു താഴെ സൂചിക്കുഴയിൽ അയാൾ രക്ഷതേടി.

പിമ്പേ വന്ന വണ്ടികൾ നിന്നു.

നിൽക്കുന്ന നിൽക്കുന്ന വണ്ടികളിൽനിന്ന് സഹയാത്രികർ ഇറങ്ങിയെത്തി. തോമസ് പറഞ്ഞു.

വീലിന്നൊരു കല്ല്.

റോഡ് അവസാനിക്കുന്ന ഈ അതിരിൽ ഈ നൂലിൽ ഈ കല്ല് ആരുകൊണ്ടുവന്നിട്ടു? തോമസിന്റെ മാനുഷികനിയന്ത്രണത്തിൽനിന്നു തെന്നിയ വണ്ടിയുടെ മുൻചക്രം ആ കല്ലിൽത്തന്നെ എന്തിനു ചെന്നു കുടുങ്ങി?

എങ്ങനെ?

മുതുകിൽ കല്ലെടുക്കുന്ന കയറോടെ ഒരു തിബത്തൻ വന്നു. അവൻ സാഹചര്യം അളന്നുമുറിച്ചൊന്നു നോക്കി. പുഴുത്ത പല്ലുകളിൽ തിബത്തൻ ചിരിച്ചു.

സെഗരറ്റ്.

അവൻ ചിരിക്കുമ്പോൾ–

അവൻ കരയുകയായിരുന്നു.

കയറ് കഴുത്തിലിട്ട് തിബത്തൻ വിരലുകൾ ഞൊടിച്ചു.

ഒരു സിഗരറ്റിൽ പ്രാണൻ പിടയുകയാണോ? അവൻ വമിച്ച ദുർഗന്ധത്തിൽ, വായ കീറിയ ചുടുകോടി മണത്തു. നെറ്റിക്കു കെട്ടിയശേഷം തിരഞ്ഞു വിരലുകൾ വട്ടം വട്ടം ചുറ്റി. മരണം പോലെ തിബത്തൻ നിന്നു ചിരിച്ചു.

നിന്റെ ശേഷക്രിയ നീ ചെയ്യുന്നില്ല.

തിബത്തൻ കരഞ്ഞു.

ഒരു സെഗരറ്റ്.

ഏക്റ്റു.

കുറിയ കണ്ണുകളിൽ തീക്കൊള്ളിയൂതി, വിരലുകൾ ചുണ്ടിൽ ചേർത്ത് തിബത്തൻ ആത്മാവൂറ്റിക്കുടിച്ചു.

ഊഫ്!

ഉറക്കത്തിന്റെ മൃദുലാംഗുലിയിലൂടെ ബാല്യത്തിന്റെ പുരാവൃത്തങ്ങൾ നുണഞ്ഞിറങ്ങുമ്പോൾ ഈർക്കിലിയിൽ ചത്തടങ്ങിയ ഈച്ചകൾ ചിറിനുണയാനെത്തി. അമ്മിണ്ണയുടെ സ്നിഗ്ദ്ധമാധുര്യത്തിൽ മരണം ചുവയ്ക്കുന്നു. ചൂടുകോടിയുടെ ദുർഗന്ധത്തിൽ ശ്വാസം തടഞ്ഞ് അയാളുണർന്നു.

തിബത്തൻ എന്നും വരുന്നു.

ഊ...ഫ്!

ഹവിൽദാർക്കുറങ്ങാൻ പേടി. എല്ലാരെക്കാൾ മുമ്പേ അയാൾ സ്ലീപ്പിങ് ബാഗിലൊളിച്ചു. വാതിലടച്ചേ കിടക്കാവൂ എന്നു പൊതുവിൽ പറഞ്ഞു.

മൂടൽമഞ്ഞും കാറ്റും കടക്കരുതല്ലോ. ലളിതസാധാരണമായൊരു പ്രസ്താവത്തിൽ മറച്ച ഭീതിക്കുള്ളിൽ അയാളെന്നും കിടന്നു.

വാതിൽ തുറന്നു കിടക്കുന്നു.

അവൻ വമിച്ച ദുർഗന്ധം ബങ്കറിൽ ഖബറടങ്ങുന്നു.

നിത്യപരിചയം സ്നോബൂട്ടുകളിലേക്കു കാലുകൾ തിരുകിച്ചു.

ആവുന്നതും കൈകൊണ്ടെന്നും തൊടുകയില്ല. പൊള്ളുന്ന തണുപ്പ്. ഉറങ്ങാൻ നേരത്തഴിക്കുന്ന ബൂട്ടുകൾ ചാവടിക്കു താഴെ പാകത്തിനൊരുക്കിവെയ്ക്കുന്നു. എണീറ്റ ഉടനെ ബൂട്ടുകളിലേക്കിറങ്ങണം. രാവുമുഴുവൻ തിരിതാഴ്ത്തിയെരിഞ്ഞ റാന്തലിനല്പം ജീവനുണ്ടായിരുന്നു. ചൂടിന്റെ പ്രാക്തന സ്മരണകളും. ഉൾച്ചുമരോടും ചേർത്തു കെട്ടിപ്പൊക്കിയ ചാവടിയിലുടനീളം സ്ലീപ്പിങ്ബാഗുകളുറങ്ങി, നാഗാസ്ത്രമേറ്റ വാനരപ്പട പോലെ.

ഹവിൽദാർ രാജൻ തോൽപ്പാവകളെ കളിപ്പിച്ചു.

വാരും വരായ്പടകളേ.

നേതാവിന്റെ മുന്നിൽ പട നിരന്നു.

പോര്ക്ക് പോകവേണ്ടും പടകളേ.

അവർ പോര്ക്ക് പോകുകയായി.

ഹവിൽദാർ രാജൻ ധീരൻ, അയാളെവിടെയും മുമ്പൻ.

ഭദ്രം.

തന്നെപ്പിന്തുടരുന്ന ഒരീച്ചയെ തട്ടിനീക്കാൻ ഹവിൽദാർക്കു വയ്യ.

..... പഠിക്കുന്ന കുട്ടിയായിരുന്നു രാജൻ, വി. ഒരു ജോഡി വിരലുകളുയർത്തിക്കാണിച്ചാൽ, ഈ മിടുക്കൻ അദ്ധ്യാപകന്റെ മുമ്പിൽ ഹാജർ. വീട്ടിൽനിന്നു പുറപ്പെടുമ്പോൾ അവന്റെ കുട്ടയിൽ കുടുങ്ങിയ ഈച്ച തലയിൽ പറന്നിരുന്നു. കുട്ടിക്കറച്ചു. അവൻ ഈച്ചയെത്തട്ടി. കുടയ്ക്കുള്ളിൽ വട്ടംവട്ടത്തിൽ പറന്ന് ഈച്ച അവന്റെ നെറ്റിയിൽ, പുരികത്തിൽ സ്ഥലം പിടിച്ചു. അവൻ വീണ്ടും ഈച്ചയാട്ടി. ശീലക്കുടയുടെ അന്തരാള വൃത്തത്തിൽ, തന്റെ ഭ്രമണപഥത്തിൽ ഈച്ചയുടെ ചിറകുകൾ ചിരി മുഴക്കി.

നിന്നെ ഞാൻ വിടില്ല.

നീയില്ലാതെ എനിക്കു വാഴ്വില്ല.

കാലം ചെന്നപ്പോൾ രാജൻ വൈദ്യുതിയുടെ പ്രാഥമികപാഠങ്ങളിൽ ഋണധനചിഹ്നങ്ങൾ പഠിച്ചു. കുടയിൽ കുടുങ്ങിയ ഈച്ച പറഞ്ഞു.

നീ എന്റെ ന്യൂക്ലിയസ്സാകുന്നു.

നാം പരസ്പരപൂരകങ്ങളാകുന്നു.

ഒരീച്ചയെ ധനചിഹ്നത്തിൽ മാത്രം പ്രതിനിധാനം ചെയ്യാനറിയുന്ന വിദ്യാർത്ഥി ഭ്രമണപഥത്തിലെപ്പോഴും ഋണചിഹ്നം വരച്ച് അജ്ഞതയ്ക്കു മാർക്കു വാങ്ങിച്ചു.

വാതിലടച്ച് വീണ്ടും കിടക്കണമെന്നായിരുന്നു മനസ്സിൽ. അടിയുടുപ്പു കളിൽ സ്ലീപ്പിങ് ബാഗിൽനിന്നെണീറ്റ അയാൾ തണുപ്പറിയാൻ തുടങ്ങി. വാതിൽക്കലെത്തിയപ്പോൾ അയാളെല്ലാം മറന്നു.

എല്ലാം.

പർവ്വതങ്ങളുടെ നീലനിബിഡരേഖകൾക്കുമേലെ പ്രഭാതം പൊട്ടി വിടരുകയായിരുന്നു. താഴെ, മലഞ്ചെരുവിലൊഴുകുന്ന നിലാവിറങ്ങി താഴ്‌വരകളിൽ മൂടൽമഞ്ഞിനു പാടകെട്ടി.

ദിവസങ്ങൾക്കുമുമ്പ് പർവ്വതങ്ങളിലും താഴ്‌വരകളിലും കണ്ണെത്താ വുന്ന എല്ലാ ഭൂഭാഗങ്ങളിലും (ഇതും ഭൂവാണെങ്കിൽ) മഞ്ഞ് ഉറഞ്ഞുകിട ക്കുകയായിരുന്നു. കാലത്തിന്റെ പ്രവാഹം മരവിച്ചപോലെ കാട്ടാറുകളും ജലപ്രപാതങ്ങളും ഉറഞ്ഞുനിന്ന പ്രഭാതങ്ങളിൽ, കാഞ്ചനഗംഗയിൽ മഴ വില്ലിന്റെ വർണ്ണഭംഗികളുണരുന്നതു കാണാൻ ബങ്കറിന്റെ വാൽക്കൽ ഒരു കോപ്പ ചൂടുചായയോടെ അയാൾ നിന്നു. അന്നൊക്കെ സൂര്യചന്ദ്രന്മാർ ആൾമാറാട്ടം നടത്തി. ആകാശവെണ്മയിലൊരു ചന്ദനത്തളികപോലെ സൂര്യൻ മുഖം കാണിച്ചു പോയി. ചന്ദ്രനും നിലാവും നഷ്ടപ്പെട്ടുപോയി രുന്നു. അയനചക്രത്തിലരഞ്ഞ് മഞ്ഞെല്ലാമുരുകിപ്പോയി. ഈറൻ നനഞ്ഞ പർവതങ്ങളും താഴ്‌വരകളും പ്രഭാതങ്ങളിൽ നരച്ചു. ചരലുകൾക്കിടയിലും മണ്ണിലും അടഞ്ഞു കിടന്ന അവസാനത്തെ മഞ്ഞുരുകിക്കിനിഞ്ഞുവന്ന തെളിനീർ തെന്നിത്തെറ്റിയൊഴുകി. അപ്പോഴൊക്കെ അയാളോർത്തു: തന്റെ കാൽക്കീഴിലൊഴുകുന്ന ഈ ജലരേഖകൾ എങ്ങോട്ടാണെത്തുക?

ജലരേഖകൾ നീരുറവയായി, നീരുറവകൾ അരുവിയായി, അരുവികൾ കാട്ടാറുകളായി അന്യോന്യം ഉമ്മവെക്കാനിറങ്ങി വന്ന പർവ്വതങ്ങൾ തമ്മിൽ തൊടാതെ അനാദിതൊട്ടേ കാത്തുകിടന്ന താഴ്‌വരകളിൽ അലതല്ലി പ്പാഞ്ഞു. ജലപ്രപാതങ്ങളുടെ നാദനിനാദനിർഘോഷങ്ങളെ താഴ്‌വരകൾ താരാട്ടിയെടുത്ത ഏകതാനതയിൽ.

ആദി വൈഖരിയിൽ

ഓം!

അനുസ്യൂതമായ മുഴക്കത്തിന്റെ ഏകനാദബ്രഹ്മത്തിൽ.

അയാളുടെ അന്തഃകരണത്തിൽ.

വൈദികകല്പനകളുണർന്നു.

പർവ്വതത്തിന്റെ അനാഥമായ ആത്മാവ് കേഴുകയാണോ?

ചൈനീസ് പ്രക്ഷേപണത്തിലെ ചൊട്ടുവാക്കുകൾ അപ്പോഴെല്ലാം അയാളെ അസ്വസ്ഥനാക്കി.

നിങ്ങൾ വീടുകാവൽനിൽക്കുന്ന ഈ പർവ്വതം നിങ്ങളുടേതല്ല. ഈ പർവ്വതത്തിന്റെ ഉച്ചിയിൽനിന്നു നോക്കിയാൽപ്പോലും കാണാത്തത്ര ദൂരെയാണത്രെ ഇൻഡ്യയുടെ ചക്രവാളങ്ങൾ.

ഇവിടെ പ്രഭാതം കാലേകൂട്ടി വന്നെത്തുന്നു. സന്ധ്യകൾ ചുവടുമാറ്റം മറന്നുനിൽക്കുന്നു. ആകാശവും ചക്രവാളങ്ങളും ചെറുതായിച്ചെറുതായി തന്നോടടുക്കുന്നു. തന്നിലേക്കിറങ്ങുന്നു. അവനവന്റെ ഹൃദയം പെരുകുന്നു.

ഈച്ച മൂളുന്നു.

ഈ പർവ്വതം നിന്റേതല്ല.

അയാളുടെ അന്തഃകരണത്തിൽ വൈദികകല്പനകളുടെ പ്രാക്തന സ്മരണകളുണരുന്നു. തട്ടകം നഷ്ടപ്പെട്ട ഭരദേവതകൾ അനാഥരായലയുന്നു. അവരുടെ പരിദേവനങ്ങളൊന്നായി താഴ്‌വരകൾ മുഴങ്ങുന്നു.

ഓം!

ഭൂമി പർവ്വതങ്ങളുടെ അനന്തമഹാസമുച്ചയമാകുന്നു. ആകാശങ്ങളും ചക്രവാളങ്ങളും ദിഗന്തങ്ങളും വാഴുന്ന പർവ്വതങ്ങളുടെ നീലരേഖകളിൽ വെള്ളിയുരുക്കുന്ന അന്തരാളപ്രഭയ്ക്കു മേലെ, കിഴക്ക് ഉഷസ്സിന്റെ മയിൽപ്പീലി വിരിഞ്ഞു. കിഴക്കും തെക്കുമറിഞ്ഞിട്ടില്ല. സൂര്യൻ കിഴക്കുദിക്കുന്നു. എന്നാൽ, സൂര്യനെവിടെ? മയിൽപ്പീലികൾക്കെതിരെ, കാഞ്ചനഗംഗ തെളിഞ്ഞു. സ്നിഗ്ദ്ധതയുടെ ശുദ്ധശുഭ്രകാരത്തിൽ നിലാവലിഞ്ഞു. ചക്രവാളം നിറയെ ആകാശങ്ങളെക്കാളുയരെ നിവർന്നുയരുന്ന പ്രാലേയഭിത്തിയുടെ മഹാരേഖയിൽ, വെള്ളക്കാളയുടെ പൂഞ്ഞക്കെട്ടിൽ പ്രപഞ്ചമാതാവിന്റെ ചാന്തുചെപ്പു തുറന്നു. സ്നിഗ്ദ്ധശുഭ്രമല്ല, വൈലറ്റാകുന്നു. അയാൾ നോക്കിനിൽക്കവേ ഹിമകന്യക രക്തചന്ദനം ചാർത്തി. ഉഷസ്സു വിരിച്ച മയിൽപ്പീലികൾ ശോണദീപ്തികളായി, നീലാകാശങ്ങളിൽ ഉയരമളന്നു മടങ്ങി. വർണ്ണശബളമായൊരു കരിമ്പനപ്പട്ട ചാരിവെച്ച കിഴക്കേ ആകാശം... നോക്കി നിൽക്കാൻ കുളിരനുവദിക്കുന്നില്ല. കോട്ട്പർക്കയെടുക്കാൻ മനസ്സുറയ്ക്കുന്നില്ല. പിന്തിരിയണമല്ലോ.

നിമിഷങ്ങളിലെ വർണ്ണപ്പകർച്ചയുടെ കുടമാറ്റം കാണിക്കാനാവാതെ തിബത്തനുണർത്തിയത് ശോണദീപ്തികളുടെ തങ്കറിബ്ബൺ ചാർത്തിയ കിഴക്കിലേക്കോ പൂഞ്ഞക്കെട്ടിൽ ചന്ദനം നിറയുന്ന ചാന്തുചെപ്പിലേക്കോ നിലാവു മായുന്ന താഴ്‌വരകളിലേക്കോ–

എങ്ങോട്ടാണു നോക്കുക?

തലയും വാലുമില്ലാതുറങ്ങുന്ന തോൽപ്പാവകളെക്കുറിച്ച് അയാൾക്കപ്പോൾ ഖേദം തോന്നി. ലങ്കറിൽ ചായ തിളച്ചിട്ടുണ്ടാവും. ഒരു കോപ്പ ചൂടു ചായയുടെ മൃതസഞ്ജീവനിയിൽ മാത്രമേ അവർ ഉണരുകയുള്ളൂ.

കോട്ടും തൊപ്പിയും കെറ്റിലുമെടുത്ത് രാജൻ പുറത്തിറങ്ങി.

കാഞ്ചനഗംഗയുടെ ചന്ദനക്കൂമ്പാരം മഞ്ഞയായി, പൊന്നായി, പൊന്നിൽക്കൂമ്പാരമായി, കണിക്കൊന്നപ്പൂക്കളായി. മലയുടെ മടക്കുകളിറങ്ങി ചവിട്ടുകല്ലുകളിൽനിന്നു ദിഗന്തങ്ങൾ നിറയുന്ന മഹാഗിരിനിരയുടെ ആൾമാറാട്ടങ്ങൾ കണ്ട് അയാൾ നടന്നു. ഇപ്പോൾ രാജനു ഭയമില്ല. തന്നെക്കുറിച്ചൊരു ചിന്തയില്ല.

അഹം നാസ്തി!

ലങ്കറിൽ ഓയൽകുക്കറിന്റെ നീലഹുംകാരത്തിനു മേലെ ചായച്ചെമ്പ് പഴുത്തു ചുവന്നു. ബദ്‌രീപ്രസാദ് അയാളെ കണി കണ്ടു.

ഗുഡ്മോർണ്ണീ... ടീ വൺമിനിറ്റിൽ റെഡി.

കുമോൺകുന്നുകളിൽ ആട്ടിൻപറ്റങ്ങളെ തൻപാട്ടിനു മേയാൻ വിട്ട് പട്ടാളത്തിലേക്കിറങ്ങി വന്ന ബദ്‌രീപ്രസാദ് ഒരിക്കൽ ഒരാളോട് വർത്തമാനം പറയുമ്പോൾ തനിക്കറിയാവുന്ന ഇംഗ്ലീഷിന്റെ ഓരോ കൊട്ടടയ്ക്കയും കടിച്ചു തകർത്തു. അവൻ പാൽടിന്നുടയ്ക്കുകയായിരുന്നു. കറിക്കത്തികൊണ്ടു കുത്തി ടിൻ പിളർക്കുമ്പോൾ ചക്കുകാളപോലെ അവൻ വട്ടത്തിൽ നടന്നു. വ്യായാമത്തിനുവേണ്ടിയാവാം, ടിൻ തിരിച്ചു തിരിക്കുന്നതിനുപകരം കുത്തനെപ്പിടിച്ചു വട്ടംചുറ്റുന്നത്. ചക്കുകാള പറഞ്ഞു.

പ്ലീശ്, തീക്കായാം. ഓയൽകുക്കർ റെഡ്, ബ്ലൂ, യെല്ലോ വർക്കിങ്ങ്, കളർ മാജിക്, ഞാനെന്റെ മിൽക്ക് മെയ്ഡിനെ തുരത്തട്ടെ.

ഒറ്റച്ചക്കിന്റെ ചവിട്ടുനാടകം മറ്റൊരിക്കൽ ഹൃദ്യമായേനെ. ഈ നിമിഷങ്ങൾ തീക്കാഞ്ഞുകളയാനുള്ളതല്ല. ഹിമാലയത്തിൽ, ഇന്നത്തെക്കാഴ്ചകൾ നാളേക്കില്ല. ഇപ്പോഴത്തെ ഭാവങ്ങൾ ഇനി കാണില്ല.

കൊന്നപ്പൂക്കളും കണികാണാൻ വരുന്ന ആദിദേവനെ പ്രതീക്ഷിച്ച് അയാൾ ലങ്കറിന്റെ വാതിൽക്കൽ നിന്നു. അയാളുടെ പിന്നിൽ ബദ്‌രീപ്രസാദിന്റെ വായ്ത്താരി ഓയൽകുക്കറിന്റെ ഹുംകാരത്തിലെരിഞ്ഞടങ്ങി. തീക്കായാമായിരുന്നിട്ടും, അകം കുടഞ്ഞ് അവയവങ്ങൾ അണുക്കളായി, കോശങ്ങളായി രോമകൂപങ്ങളുരുത്തിരിഞ്ഞു വിറച്ചും നീറിയും മരവിച്ചും നിൽക്കുമ്പോൾ–

പർവ്വതത്തിന്റെ മടക്കുകൾ കയറി, മൂടൽമഞ്ഞിലൂടെ നിഴൽപോലെ, രൂപംപോലെ, മലപോലെ തിബത്തിൻ വന്നെത്തി. തണുപ്പിന്റേതായ എല്ലാ വിമ്മിട്ടങ്ങളും ശ്വാസനാളത്തിൽ ഞെരുങ്ങി. മേൽപ്പോട്ടുമില്ല, കീഴ്പ്പോട്ടുമില്ല. നിശ്ചലമായ ഒരു പ്രാണൻ ഒരു താരാലിയുടെ ഇരുമുനകളിൽ ശ്വാസനാളത്തിലോടം തള്ളുന്നു. ബ്രോംകായിക ഓഡേമയോ? രാജന്ന് ശ്വാസം വിങ്ങുമ്പോൾ തിബത്തൻ നിന്നു ചിരിച്ചു. അവന്റെ കൊച്ചുകണ്ണുകളിൽ തീക്കൊള്ളി പറന്നു.

പൂച്ച!

ഹിമാലയം

അതികായനായ തിബത്തൻ തോളിലെ കയറിൽ തൂങ്ങിക്കിടന്ന പാട്ട മുതുകിൽനിന്നിറക്കി. കാലത്തിന്റെ എച്ചിലും ചോറും മിനുങ്ങിയ മേലങ്കി കുടഞ്ഞ് തിബത്തൻ വീണ്ടും ചിരിച്ചു.

എല്ലാം വെടിപ്പായില്ലയോ?

എന്നാൽ, അവൻ ചോദിച്ചു.

എച്ചിലെവിടെയാണ്?

മുറിഞ്ഞും തേഞ്ഞും വികൃതമായ ഓരോ അക്ഷരവും അവന്റെ പല്ലുകൾ പോലെത്തന്നെ വെറുപ്പു തീർത്തു.

എവിടെ?

എവിടെയാണ്?

അവന്റെ തിടുക്കവും വെപ്രാളവും ഒറ്റവാക്കിൽ പൊട്ടിത്തെറിച്ചു. അവൻ പാട്ട ചൂണ്ടിക്കാണിക്കുകയും ലങ്കറിന്നുള്ളിലേക്ക് പിന്നാക്കമടി വെച്ചു നീങ്ങുന്ന രാജന്നൊപ്പം തെരുപ്പറന്നടുക്കുകയും ചെയ്തു.

കഹാം?

കഹാം?

നീരാവിയുടെ നീലനാഗങ്ങൾ ചെകിട്ടിൽ കടന്നിഴഞ്ഞു.

എന്നിട്ടും എന്താണവന്നു വേണ്ടതെന്ന് രാജന്നു മനസ്സിലായില്ല.

രണ്ടായി പിഞ്ഞി മെടഞ്ഞ ജട തലയ്ക്കുചുറ്റി നെറ്റിയിൽ വട്ടക്കെട്ടിറ ക്കിയ ഈ ജന്തു ആണോ പെണ്ണോ നപുംസകമോ?

കനത്ത ചുവടുകളിൽ തിബത്തൻ പെരുത്തു കത്തിയാടി. മാടുപോലെ നാലുകാലിൽ നട കാട്ടി. പാട്ടയിൽ തലയിട്ടു കപ്പുന്ന പന്നിയായി മുദ്ര കൾ വിഴുങ്ങി.

കഹാം?

പന്നിയോ തിബത്തനോ?

എച്ചിലോ മരണമോ?

ഈർക്കിലിൽ ചത്തടങ്ങിയ ഈച്ചകളുടെ ചിറകുകൾ ഓയൽകുക്ക റിന്റെ ഹുംകാരത്തിൽ ദഹിച്ചു. ദൈവത്തെ വിളിക്കുംപോലെ രാജൻ കുക്കിനെ വിളിച്ചു.

ബദ്രി....

എന്താ, എന്താണൊരു ബഹളം?

ചന്ദ്രമോഹൻ പാളിന്റെ സ്നേഹാന്വേഷണം കേട്ടപ്പോൾ രാജൻ പറഞ്ഞു.

പാളിന്നറിയാമായിരിക്കും. ഇവനെന്തുവേണം, ചോദിക്കൂ.

നിവർന്നുനിന്ന് തിബത്തൻ ചന്ദ്രമോഹനെ തൊഴുതു.

നമശ്‌റ്റെ.

തിബത്തനെയും പാളിനേയും ചവിട്ടുനാടകത്തിനു വിട്ട് രാജൻ ലങ്കറിലഭയം തേടി. വൃത്തഭംഗം വിരൂപമാക്കിയ പ്രഭാതഗാഥയെക്കുറിച്ചുള്ള അയാളുടെ ദുഃഖത്തിൽ ബദ്‌രിപ്രസാദ് വായ്ത്താരി നിറച്ചു.

ആ പോർക്കെവിടെ? അവൻ വന്നിട്ടുവേണം സപ്പറിന്റെ ഉച്ഛിഷ്ടമെടുപ്പിക്കാൻ. ഹോട്ട്ഡോഗ് വെപ്പുപാത്രങ്ങളും ക്ലീൻ ചെയ്യും.

വിങ്ങുന്ന വിരൽത്തുമ്പുകൾ കെറ്റിലിൽ ചൂടാക്കി രാജൻ നടന്നു. അയാളുടെ മുന്നിൽ കാഞ്ചനഗംഗയുടെ കൊന്നപ്പൂക്കളം ദിഗന്തരാളങ്ങളിലെ ഇളംവെയിലിൽ തിളങ്ങി. കൊന്നപ്പൂക്കളുരുകി. ഉരുകുമ്പോൾ വെള്ളിയായി, വെണ്മയായി, മഞ്ഞിന്റെ തനിമയായി.

ഒരുനോക്കിൽ ഒട്ടുനിന്ന് അയാൾ പറഞ്ഞു.

നീയായി.

അയാൾ തിരുത്തി.

തത്ത്വമസി!

ചക്രവാളങ്ങളിൽ, ദിഗന്തങ്ങളിൽ, തലാതലങ്ങളിൽ മഞ്ഞ്, ശുദ്ധിപോലെ, മുഗ്ദ്ധതപോലെ, നൈർമ്മല്യംപോലെ ചക്രവാളങ്ങളുടെ തൊട്ടിലിൽ, പ്രപഞ്ചത്തിന്റെ ശിശുവായി കാഞ്ചനഗംഗ ശയിച്ചു. കൈക്കുഞ്ഞ് വളർന്നു. കാണെക്കാണെ, ശുദ്ധശുഭ്രമായ മന്ത്രകോടിയഴിച്ച് ഹിമകന്യക നീരാടി, ഇളംവെയിലിൽ.

അഴകേ!

ആരാനും കണ്ടോ?

അവൾ ഈറൻ മാറിച്ചുറ്റി.

നിന്റെ പുടവ മൂടൽമഞ്ഞാകുന്നു.

അഴകിന്റെ മായകൾ മറഞ്ഞു.

ഉദ്ധതമായ അവളുടെ ശിരസ്സ് ആകാശങ്ങളിലുരുമ്മി. എന്നാൽ അയാൾ ബങ്കറിലേക്കു നുഴയുമ്പോഴും കിഴക്ക് പർവ്വതങ്ങളുടെ നീലനിബിഡരൂപങ്ങൾക്കു മീതെ സൂര്യനെത്തിയിരുന്നില്ല.

രാജന്റെ കാലൊച്ച കേട്ടപ്പോൾ സ്ലീപ്പിങ് ബാഗുകൾ അനങ്ങിയുമുരുണ്ടും ഒരു കോപ്പ ചുടുചായയുടെ അവകാശമുന്നയിച്ചു. അവർക്കു ചായയൊഴിക്കുമ്പോൾ ചന്ദ്രമോഹൻ പാളിനെ ലങ്കറിൽ കണ്ട കാര്യം അയാൾക്കോർമ്മവന്നു. തനിക്കുമുമ്പെ അവൻ ഇറങ്ങിപ്പോയിരുന്നു. അവൻതന്നെ, വാതിൽ തുറന്നിട്ടത്!

ഒരു രസത്തിന് ഉറങ്ങുന്ന തോൽപ്പാവകളുടെ കാൽക്കൽനിന്ന് അയാൾ പറഞ്ഞു.

ഗുഡ്മോർണി. താങ്കളുടെ റ്റീ റെഡി.

രാജന്റെ മനസ്സിലോ കുംഭമാസത്തിലെ പൊടിക്കണ്ടങ്ങളിൽ നക്ഷത്രങ്ങൾ നിറഞ്ഞ നീലാകാശത്തിനു കീഴിൽ, കുളിരിൽ, ഉറക്കമിളച്ചിരുന്നു കേട്ട വാഴാകാവിലെ കൂത്തുകവിയുടെ ഓർമ്മകളായിരുന്നു.

വീടണനെങ്കേ, സുക്രീവാനെങ്കേ?

രണ്ട്

ഒരു പാട്ടുപാടാനുള്ള സന്തോഷമുണ്ടായിരുന്നു. പാടാൻ വയ്യ. താടിയെല്ലുകളാലാപം തകർത്തു.

റേഷൻവർക്കിങ്ങെന്നാൽ റേഷനും വർക്കിങ്ങും മാത്രമല്ല, തീനും കുടിയും ഭരണവുമാകുന്നു. കമ്പനി ക്വാർട്ടർ മാസ്റ്റർ രണ്ടു ബുക്കാരികളെരിച്ച് കുളിരുപോക്കി. കിഴവനായിട്ടല്ല, കുഴിമടിയൻ കിഴൻ ചമഞ്ഞു. ഉദ്യോഗം മുഴുവൻ പ്രതിപുരുഷൻ ചെയ്തോളണം. കാലാകാലം ചെയ്തോളാം. പക്ഷേ, ചന്ദ്രമോഹന്റെ നിയമനം താൽക്കാലികമായിരുന്നു. ശിവാനന്ദൻ തിരിച്ചെത്തുംവരെ.

ചന്ദ്രമോഹൻ പുലരുംമുമ്പുണർന്നു. അവന്നു കുളിരില്ല. ദേവതാരങ്ങൾക്കും കുളിരില്ല. കാലാകാലം ഇടിമിന്നലേറ്റ് ദേവതാരങ്ങൾ തല തെറിച്ചു. അവയെപ്പൊതിഞ്ഞ പൂപ്പൽ ബുക്കാരികൾ തുപ്പുന്ന പുക തിന്നു കറുത്തിരുണ്ടുപോയി. ചവിട്ടുകല്ലുകളിറങ്ങുമ്പോൾ ശ്വാസത്തിനുവേണ്ടി തെല്ലുനിന്ന് അവനാലോചിച്ചു. പാവം കബന്ധങ്ങൾ, പർവ്വതങ്ങൾ കാവൽനിന്നിട്ടവരെന്തു നേടി?

പാക്കിസ്ഥാനിൽ പെട്ടുപോയ പൈതൃകത്തെക്കുറിച്ചോ ശമ്പളത്തിന്റെ പേരിൽ താൻ ധരിക്കുന്ന പടച്ചട്ടയെക്കുറിച്ചോ - അവന്റെ ധാരണകൾ വേരോടിയില്ല. ആലോചിക്കുന്നതെന്തെന്ന് അവന്നറിഞ്ഞുകൂടായിരുന്നു.

ദേവതാരങ്ങൾ തല തെറിച്ചു!

ഒരു ദയയുമില്ലാത്ത ഒരു ജന്മം, ഒരു ലോകം, പർവ്വതം, തിരിച്ചു ചാടുന്ന ദുർമേദസ്സുകളുടെ ആയിരം മടക്കുകളിൽ പർവ്വതങ്ങളമർന്നു, കണ്ടാമൃഗങ്ങൾ.

താഴ്വരകളെച്ചുറ്റി വരുന്ന റോഡ് പർവ്വതത്തിന്റെ കുടവയറിൽ ഒരു മടക്കിലൂടെ വളഞ്ഞ് ചുരത്തിലേക്കിഴഞ്ഞുപോയി. മകത്തടിയനെപ്പോലെ ചുരത്തിനു കാവൽനിൽക്കുന്ന ഈ വമ്പൻ വീരഭദ്രനോ നന്ദിയോ?

ചന്ദ്രമോഹന്നു ശിവപുരാണം കൂടിക്കുഴഞ്ഞു. പർവ്വതത്തിന്റെ നിൽപ്പു നോക്കുമ്പോൾ ശിവാനന്ദനെയാണോർത്തത്. ദുഷ്പ്രാപമായൊരു നിധിക്കു കാവൽനിൽക്കുന്ന ഭൂതംപോലെ, അവനൊരു കരിങ്കുട്ടി. കമ്പനിയുടെ റേഷനും ക്ലോത്തിങ്ങും ഒരായിരം സന്നാഹങ്ങളും സൗകര്യങ്ങളുമടക്കി വാഴുന്നു.

ഓഹോഹൊ!

തിബത്തരുടെ തെളിയും വിളിയും കഴുതകളുടെ കുളമ്പടിയും കേൾക്കായി. പൂരം തുയിലുണരുകയായിരുന്നു. പൊള്ളിയ വാരിപ്പള്ളകളിൽ ചാക്കു പുതച്ച കഴുതകൾ മൂഢദുഃഖംപോലെ, അവയെത്തെളിക്കുന്ന തിബത്തർ–

അവർ പ്രവാസികൾ.

ചന്ദ്രമോഹനോർക്കുന്നു. അവനുമൊരു പ്രവാസി.

വെള്ളക്കുതിരയേറി ഗോമ്പ വന്നു. ഗോമ്പ തിബത്തരോടെന്തു പറഞ്ഞാലും തിബത്തർ കഴുതകളോടെന്തു പറഞ്ഞാലും ചന്ദ്രമോഹൻ കേൾക്കുക, ഓഹോഹൊ എന്നാകുന്നു. അവന്ന് കഴുതകളും തിബത്തനും തമ്മിൽ തെറ്റുന്നു. ഇന്നലെ വേലയ്ക്കു വാങ്ങിയവരെ ഇന്നു കണ്ടാലറിയുന്നില്ല. ഗോമ്പയെ അറിയാം. ഉയർന്ന തൊപ്പിയും ചുകന്ന ജർക്കിനും തുടയ്ക്കടിക്കുന്ന വെള്ളിവാളുറയും വെള്ളക്കുതിരയും – അയാൾ പ്രവാസികളുടെ രാജാവ്, നേതാവ്, ജേതാവ്. അവർക്കയാൾ കൊച്ചുദൈവം. അവർ അടിയാളുകൾ.

ഗോമ്പയുടെ മുഖമോ?

അയാളുടെ മുഖത്തിനും പ്രജകളുടെ മുഖങ്ങൾക്കും തമ്മിലെന്തു താരതമ്യമെന്ന് ചന്ദ്രമോഹൻ അദ്ഭുതപ്പെട്ടു. വാളുറയിൽ ദൃഷ്ടികളൂന്നിയപ്പോൾ അവന്നൊരു വെറും തമാശ തോന്നി.

ശ്ക്ശ്....

ഒരറവ്.

തലയരിഞ്ഞിട്ടാലും രാജാവും പ്രജകളും ഒരേപോലിരിക്കും. കബന്ധങ്ങളുടെ കൂലിപ്പടയ്ക്കു മുഖമില്ല.

ഒരു മനുഷ്യൻ അവന്റെ മുഖമാണോ?

എങ്കിൽ നന്നായി! തന്നിലെ അന്തര്യാമിയെ അവൻ ഒരു നോക്കു കണ്ടു. അവന്നുപോലും പേടിതോന്നി. മുഖമൊന്നു തുടച്ച് അവനെല്ലാം മറന്നു.

വെള്ളക്കുതിര കുളമ്പിട്ടടിച്ചു. ഗോമ്പയുടെ സ്വർണ്ണപ്പല്ലുകളിൽ ആദ്യകിരണം ചിന്നിച്ചിതറി. ഈശിമീശയിൽ കാന്തധ്രുവങ്ങൾ തുടുത്തു. ഹിന്ദിയോ ഇംഗ്ലീഷോ സംസാരിക്കുന്ന ഗോമ്പ തിബത്തനിൽ മാത്രം ചിരിക്കുന്നു.

ഓഹോഹൊ!

സിഗ്നൽസ് നേരത്തെ വന്നല്ലോ?

ചന്ദ്രമോഹൻ ചിരിച്ചുകാണിച്ച കൃത്രിമദന്തങ്ങളിൽ ഒരു ഹൃദയമൊളിച്ചു.

എന്റെ പേര്....

ഗോമ്പ പറഞ്ഞു.

താങ്കളുടെ പേരെന്തുമാകട്ടെ. നമുക്ക് സിഗ്നൽസ് ഫസ്റ്റ് കം ഫസ്റ്റ് സർവ്ഡ്.

ചന്ദ്രമോഹന്നു ചൊടിച്ചു.

എന്നെ തിബത്തൻ കഴുതകൾ തുയിലുണർത്തുന്നില്ല.

ഗോമ്പ ചിരിച്ചു.

എന്റെ ചുണക്കുട്ടീ, ഹിമാലയങ്ങളിൽ ഇത്രയ്ക്കൊന്നും ചൂടില്ലല്ലോ

ചന്ദ്രമോഹന്നൽപ്പം ജാള്യത തോന്നി. അവന്റെ പിന്നിൽ സപ്ലൈക്കാരൻ ഹവിൽദാർ നിൽക്കുന്നു.

ഗോമ്പ ചോദിച്ചു.

സിഗ്നൽസിന്നെത്ര? ഫസ്റ്റ് കം ഫസ്റ്റ് സർവ്ഡ്.

കൂലികളേയും കഴുതകളേയും ചന്ദ്രമോഹൻ തൊട്ടെടുത്തു. അതു തന്നെ. ഒന്നാമതെത്തിയാൽ മെച്ചം. തികഞ്ഞതിലും, തുടുത്തതിലും അവന്റെ വിരലെത്തുന്നു. പെൺകിടാങ്ങൾ ചിരിച്ചപ്പോൾ അവരുടെ കവിളുകളിൽ ആപ്പിൾപ്പഴം തുടുത്തു.

പഴുത്തോ?

വാരിപ്പള്ളകൾ പുകയുന്ന കഴുതകൾ കരഞ്ഞു.

മധുരിക്കുമോ?

കഴുതകളുടെ ആർത്തനാദം മലയോരങ്ങളിലലതല്ലിത്തിരിച്ചെത്തി. അവയ്ക്കും പട്ടാളക്കാരെ അറിയാം. അന്തിയാവോളം ഇനി ചുമടൊഴിയില്ല.

പായ്ക്കറ്റ് ബുക്കിൽ ഗോമ്പ കൈയും കണക്കും കുറിച്ചു.

സിഗ്നൽ കമ്പനി കഴുതകൾ നാല്, കൂലികൾ ആറ്.

ചന്ദ്രമോഹൻ തെളിച്ചുകയറ്റി. തിബത്തൻ ഉറക്കെയുറക്കെ ചിരിച്ചു. ഓഹോഹൊ!

മൂന്ന്

റോപ്പ്‌വേ സ്റ്റേഷനിൽ മണ്ണെണ്ണപ്പീപ്പകൾ വന്നടിഞ്ഞു. ഉരുക്കുകയറിൽ തൂങ്ങുന്ന പലകത്തട്ടുകളിൽ, ഒരു നിരയിൽ പീപ്പകളൊഴുകി വന്നു. ആ തട്ടുകളെത്തിപ്പിടിച്ചോടി വന്ന കൂലികൾ ഷെഡ്ഡിൽ പീപ്പയുരുട്ടിത്തട്ടി. ഒന്നേ ഒന്നേ പോ. അങ്ങേ നിരയിലൂടെ കാലിത്തട്ടുകളൊഴുകിപ്പോയി. രണ്ടേ രണ്ടേ പോ.

പാട്ടുകൾ പാടി പതം ചവിട്ടി തിബത്തൻ പീപ്പകളുരുട്ടിനീക്കി. കരിങ്കല്ലിൽ കുടുങ്ങി ഇടംതടിക്കുന്ന പെരുത്ത പീപ്പയോട് അവർ പിണങ്ങിനിന്നു. ഓഹോഹൊ! അവരെ മക്കാറാക്കിയ കല്ലിനോടവർ പായ്യാരം പറഞ്ഞു. ഓഹോഹൊ! പീപ്പ വീണ്ടുമുരുണ്ടപ്പോൾ അവരാർത്തുചിരിച്ചു. പാട്ടുകൾ പാടി പതം ചവിട്ടി തിബത്തർ മലകയറി. പീപ്പകളുരുട്ടിക്കയറ്റുകയല്ല, ഉരുണ്ടുകയറുന്ന പീപ്പകളോടൊപ്പം സംഘനൃത്തം മുന്നേറുന്നു.

ചന്ദ്രമോഹൻ കുടിനീരിറക്കി. ചുമ്മാ നിന്നാലാവില്ല. പതുക്കെ, പതുക്കെ സഖാക്കളെ. ചെറ്റകളേ എന്ന് അവൻ വിളിച്ചില്ല. പുകയുന്നതെല്ലാം ആദ്യത്തെ പൊട്ടിത്തെറിയിൽ ബഹിർഗ്ഗമിക്കുന്നില്ലല്ലോ. പീപ്പകൾ ഞെളങ്ങാതെ, സീൽ പൊട്ടാതെ, നിർദ്ദേശങ്ങൾ നൽകി തിബത്തർക്കിടയിലിറങ്ങി, ഉരുളുന്ന പീപ്പയുടെ സീൽ തൊട്ടുനോക്കി. പാവാടയ്ക്കുതാഴെ കണങ്കാലുകളിൽ ചോര തെറിച്ചുതെറിച്ചുനിൽക്കുന്നു. ഉടഞ്ഞിട്ടുണ്ടോ? സീലിൽ ഞരടിനോക്കി. ഉറപ്പുണ്ടോ? മുന്നിൽ, പിന്നിൽ, കഴുത്തിൽ, കവിളുകളിൽ. പെൺകിടാങ്ങൾ പാട്ടുപാടി. മനസ്സിലേറ്റുപാടി, അവൻ നടന്നു. അവന്നാക്കം കിട്ടുന്നില്ല. തോഹിനൈനാ കോയി-തോഹി നൈനാ. പൊരുളെന്തോ! ആട്ടക്കളം പൂത്തോ പൂവിരിഞ്ഞോ? ഈണമിണങ്ങുന്നില്ല. തോഹി നൈനാ-അവന്നാക്കം കിട്ടുന്നുണ്ട്. തോഹിനൈനാ-കോയി തോഹി നൈനാ.

അവൻ അല്പമുറക്കെപ്പാടി.

ആപ്പിൾ പഴുത്തോ, മുഴുത്തോ, തുടുത്തോ?

പെൺകിടാവ് ചിരിച്ചു. അവൾ ചുണ്ടുകളിൽ വിരൽ ഞെരിച്ചൊച്ചയുണ്ടാക്കി. ഊ...ഫ്! ചന്ദ്രമോഹൻ ചിരിച്ചു. അപ്പോൾ അവന്റെ കൃത്രിമദന്തങ്ങൾ ഇളകി. ഒരു വിഡ്ഢിച്ചിരിയിൽ ദന്തങ്ങൾ വിഴുങ്ങാതിരിക്കാൻ അവൻ വായടച്ചുപൊത്തി. പെൺകിടാവിന്റെ കൂമ്പിയ കണ്ണുകളിൽ ആകാശം തുടിച്ചു.

സെഗരറ്റ്.

സിഗരറ്റിന്നുവേണ്ടി അവൾ നീട്ടിയ വിരൽത്തുമ്പിൽ പിടിച്ച് ഉള്ളംകൈതലോടിക്കൊണ്ട് അവൻ ചോദിച്ചു.

നോവുന്നുണ്ടോ?

പീപ്പയുടെ പൊള്ളുന്ന ലോഹത്തികിടിലേക്ക് നോക്കി അവൾ നിന്നു. അവളുടെ കവിളുകളിൽ ആപ്പിൾ തുടുത്തു. തിബത്തരെല്ലാം ഒരുപോലല്ലെന്ന് അപ്പോൾ ചന്ദ്രമോഹന്നു തോന്നി.

നിനക്കരിചേറാനറിയുമോ?

അവൾ ചിരിച്ചു. ചിരിക്കുമ്പോൾ പാടേ ചിമ്മിപ്പോകുന്ന കണ്ണുകൾ തുടുത്ത ഇമ രോമങ്ങളിൽ ചന്ദ്രരേഖ വരച്ചു.

അവൻ പറഞ്ഞു:

നിനക്കു വേല റേഷൻ സ്റ്റോറിൽ, വാ.

ഒരു പാക്കറ്റ് സെഗരറ്റ്.

അവൾ പത്തു വിരലുകൾ നിവർത്തി. മറ്റൊന്നും പറയാനില്ലാത്തതു കൊണ്ട് ചന്ദ്രമോഹൻ ചോദിച്ചു.

എവിടാ നിന്റെ വീട്?

അവൾക്കു മനസ്സിലായില്ല. ഉണ്ണുന്നതും ഉറങ്ങുന്നതും എവിടെ? വാക്കുകൾ ഭാവഹാവങ്ങളിൽ ഉണ്ണുകയും ഉറങ്ങുകയും ചെയ്തു. ചുരത്തിലൂടെ ചുരത്തിന്നപ്പുറത്തേക്ക്, ഒരു പർവ്വതത്തിന്റെ വടിവുകൾ ബാഹ്യരേഖയിലൊതുക്കുമ്പോൾ, അവളങ്ങോട്ടെല്ലാം പാളിപ്പാളി നോക്കുന്നുണ്ടായിരുന്നു. കാണാതെ കാണുന്ന കണ്ണുകളിൽ ഒരു കൊച്ചുകുഞ്ഞിന്റെ അജ്ഞാതമുണ്ടായിരുന്നു. താങ്കൾക്കു മനസ്സിലാകുന്നില്ലേ, ചുരം കടന്ന് ഇടത്തോടു തിരിഞ്ഞ്, മലയിടുക്കിലിറങ്ങി, പാലം കടന്ന് അരുവിക്കരയിൽ....

താങ്കൾ കണ്ടിട്ടില്ല, അവിടെ വരാൻ താങ്കൾക്കനുവാദമില്ല.

തിബത്തരുടെ കടന്നൽക്കൂടുകൾ ചന്ദ്രമോഹൻ കണ്ടിട്ടുണ്ട്. ഹെഡ്ക്വാർട്ടേഴ്സിൽ ഒരു ടെലഫോണോ ഓഫീസർമാരുടെ ബാറ്ററി ലൈറ്റോ തകരാറാവുമ്പോൾ മകത്തടിയന്റെ മസ്തകത്തിലേക്കു കയറിയിട്ടുണ്ട്. കയറ്റം കയറുംതോറും നഷ്ടപ്പെടുന്ന പ്രാണവായു സംഭരിക്കാൻ നന്നാലു ചുവടിന്നു നിന്നേ കഴിയൂ. അവന്നു താഴെ കുത്തനെ വീഴുന്ന മലമ്പള്ളിയിൽ ഒരു കോളനി കുളിരിൽ പൊരിയുന്നു.

മുമ്പെങ്ങുമില്ലാത്ത ദൗർബ്ബല്യത്തിൽ അവനൊരു വിചാരത്തിൽ മുഴുകി. എന്റെ ജന്മഗൃഹം കൽക്കത്തയിലോ ഇന്ത്യയിലോ അല്ല. എവിടെയാണെന്ന് അവന്നോർമ്മയില്ല.

കുട്ടി, നീയോ?

നീ എവിടന്നാണ് വന്നത്?

എവിടെയാണ് ജനിച്ചത്?

അവൾക്ക് മനസ്സിലായില്ല. അവൻ വാക്കുകളെ ശപിച്ചു. ജന്മമെന്തെന്ന് അവൾക്ക് മനസ്സിലാകുന്നില്ല! പിന്നെന്തു വാക്കാണത്? എന്തു ഭാഷയാണിത്? അവൻ അഭിനയം തുടങ്ങി. പിച്ചവെച്ചു നടന്നപ്പോൾ. അമ്മയുടെ മാറിൽ കൈക്കുഞ്ഞായി കിടന്നപ്പോൾ....

അവന്റെ ഭാവഹാവങ്ങളിൽ പെൺകുട്ടിക്കു കൗതുകമുണ്ട്. അവൻ ഉച്ചരിക്കുന്ന വാക്കുകൾ, വാക്കുകളായൊതുങ്ങുന്ന അക്ഷരങ്ങളിൽ, അക്ഷരങ്ങളായുരുത്തിരിയുന്ന നാദരൂപവിശേഷങ്ങളിൽ, ചുണ്ടുകളിൽ, കൃത്രിമദന്തങ്ങളിൽ, കൺതടങ്ങളിൽ... ഒരു കൗതുകത്തിന്റെ അന്തർദാഹത്തിൽ അവൾക്കവനെ മുഴുവൻ കുടിക്കാം. അവൻ വിദേശിയും ഹിന്ദിയും

ഭടനുമല്ലാതാവുന്നു. അമ്മിഞ്ഞയൂട്ടിത്താരാട്ടി അവളെ മുതുകിലേറ്റുന്ന കൈകളുടെ പ്രവാഹത്തിൽ, അവന്റെ മാറിൽ, ചുമലിൽ - അവളുടെ മാറിൽ, ചുമലിൽ, കവിളുകളിൽ, ചുണ്ടിൽ.... അവന്റെ വിരലുകൾ കൃത്രിമ ദന്തങ്ങൾ. അവർ കൊച്ചുകിടാങ്ങൾ, സർവാബദ്ധം. അന്യോന്യം പറയാനറിയാൻ കേൾപ്പിക്കാൻ ഒരു ഭാഷയുമില്ലല്ലോ.

അവൾ രണ്ടുകൈകളുയർത്തി, ഉയർത്തിയ കൈകൾ അവന്റെ തോളിൽ വീണ്, ചുരത്തിനുമേലെ, ചുരത്തിലൂടെ, ചുരങ്ങൾക്കുമപ്പുറമപ്പുറം പർവ്വതങ്ങൾക്കുമപ്പുറമപ്പുറം - ആ പർവ്വതങ്ങൾ കാണാൻ വയ്യല്ലോ.

പണ്ട് പർവ്വതങ്ങൾക്ക് ചിറകുണ്ടായിരുന്നു. അന്ന് പർവ്വതങ്ങൾ ഇച്ഛപോലെ പറന്നുകളിച്ചു. ഇച്ഛപോലെ അവർ ജനപദങ്ങളിൽ വന്നുവീണു. വജ്രായുധമേന്തി ഇന്ദ്രൻ പർവ്വതങ്ങളോട് പടവെട്ടി. അന്നു ചിറകറ്റ് ഇരിക്കക്കുത്തനെ വീണടിഞ്ഞ മകത്തടിയൻ ഒരു ബ്രിഗേഡിന്റെ താവളമൊരുക്കാൻ കൊടുംതണുപ്പേറ്റു കിടന്നു. അവളുടെ കണ്ണുകൾ പർവ്വതങ്ങളിൽ ഗതിമുട്ടിയുഴന്നു. എന്നാൽ അവളുടെ കൈകൾ ദൂരങ്ങളെ, ദിശകളെ, അനന്തതകളെ ആവാഹിച്ചെടുത്തു. കാണാവുന്ന എല്ലാ അതിരുകളും കടന്നു ദിഗന്തങ്ങളോളം മനസ്സ് വളർന്നപ്പോൾ അവൾക്കറിഞ്ഞുകൂടായിരുന്നു. ഈ ലോകത്തിലെവിടന്നാണ് താൻ വന്നതെന്ന്. ദിശകളിലേക്കെല്ലാം പകച്ചുനോക്കി. ഗതിമുട്ടിയപ്പോൾ അവളുടെ ചുണ്ടുകളിൽ അറിവിന്റെ നാമ്പുകൾ കുരുത്തു.

അവിടെ... ദൂരേ...ദൂരേ...

തിബത്തെവിടെയാണെന്നുപോലും അവൾക്കറിയില്ല. ഇക്കാണായതെല്ലാം തിബത്താകുന്നു. ചുരങ്ങളിറങ്ങി, മലയിടുക്കുകളിലൊഴുകി അവൾ വന്നു. ചൂരൽപറമ്പുകൾ മടക്കിക്കുത്തിയ കമാനങ്ങളിൽ തങ്ങി. മഞ്ഞു വീഴുന്നു, കമാനങ്ങളുടെ വായ് മൂടിക്കെട്ടി, അരുവിക്കരയിൽ, പ്രളയം. പെറുക്കിക്കൂട്ടി ചുരുട്ടിക്കെട്ടി ഗോത്രത്തോടൊപ്പം മലകയറി. അവളുടെ നീണ്ടുതുടുത്ത മിഴികളുടെ ആകാശനീലിമയിലൊഴുകുമ്പോൾ ചന്ദ്രമോഹൻ ചോദിച്ചു.

ഞാൻ കൂടെ വരട്ടെ?

അവൾക്കു മനസ്സിലായില്ല.

എന്റെ കൂടെ വരാമോ?

അവൾക്കു മനസ്സിലായില്ല.

നിനക്കൊരു വീടുകെട്ടാൻ തടി വേണോ, ടിൻഷീറ്റുവേണോ?

ബങ്കർ വേണോ?

അവൻ വായുവിൽ കുഴിച്ചു. അവൾ ചിരിച്ചു.

അതെ, അവിടെ. നീയും ഞാനും അവിടേക്കുതന്നെ ഈ പോക്കു പോകുന്നത്. ജൈവാംശം വായുവിലൂറിത്തീരുമ്പോൾ നാം രണ്ടുപേർ മണ്ണിൽ വീഴുന്നു, ഇങ്ങനെ.

പെട്ടെന്നാണവൻ കടന്നുപിടിച്ചത്. അവൾ വീണില്ല. പെൺകിടാവ് ഭയപ്പെട്ടുപോയി. അവൻ പറഞ്ഞതൊന്നും അവൾക്കു മനസ്സിലായില്ല. അവൾ കൃത്രിമദന്തങ്ങൾ കണ്ടു. സിഗരറ്റിന്റെ കറ കരിഞ്ഞ ചുണ്ടുകളിൽ തേരട്ടയെ കണ്ടു. കലങ്ങിയ കണ്ണുകളിൽ ചെന്നായിന്റെ നോട്ടം കണ്ടു. അവൾ വിറച്ചുപോയി.

സെഗരറ്റ്.

ചുവന്ന കൈവെള്ളയുടെ ഉൾക്കുഴിയിൽ ചൂണ്ടുവിരൽ കുത്തി അവൻ ചോദിച്ചു.

പിടിക്കാമോ?

അവൾക്കു മനസ്സിലായില്ല.

സിഗരറ്റു തരാം. പിടിച്ചോളൂ.

നാല്

പർവ്വതത്തിന്റെ നെറുകയിൽ ദൂരദർശിനിയിലൂടെ ലോകാലോകങ്ങൾ നിരീക്ഷിച്ചുനിൽക്കുകയായിരുന്നു, ജഗ്ദ്സാക്ഷി ബ്രിഗേഡിയർ സേൻവർമ്മ. അദ്ദേഹത്തിന്റെ തോളിൽ ചാഞ്ഞുനിന്നു, ഒരു ചുവന്ന കോട്ട്. ഇതാരെന്നായിരുന്നു ഹിമ്മത്സിങ്ങിന്നറിയേണ്ടത്. അവൻ മുഖം കണ്ടില്ല. കോളറിന്നു മീതെ ഫ്ളാനലിന്റെ തട്ടത്തിനകത്ത് മുഖം മറയുന്നു. അവനെന്തറിയാം? അവൻ പരിചാരകൻ. ധോബിക്കു കൊടുക്കാൻ മെത്തവിരി വലിച്ചപ്പോഴാണ് ഒരു പെണ്ണിനെക്കുറിച്ച് എന്നുമുണ്ടായിട്ടില്ലാത്ത അരിശം ഹിമ്മത്സിങ്ങിന്നു തോന്നിയത്. സ്വീപ്പറെപ്പോലും അവനകത്തു കയറ്റിയില്ല. സാഹേബെന്തു ചെയ്താലും, അവന്റെ സാഹേബാകുന്നു. പതിമ്മൂന്നു വർഷമായി സാഹേബിനെ പരിചരിക്കുന്നു. എന്നിട്ടൊരുദിവസം പുലരുമ്പോൾ, ഒരു സ്വീപ്പർ കടന്നുവന്ന് സാഹേബിന്റെ കിടപ്പറയിൽ ഇന്നലെ രാത്രി ഒരു പെണ്ണുണ്ടായിരുന്നു എന്ന് എങ്ങനെയെങ്കിലും, ഒരിഴ തലനാരോ, ഒരു മണമോ പിടിച്ച്, ഒരൂഹം മനസ്സിൽവെച്ച് ഹിമ്മത്സിങ്ങിനെ നോക്കുമ്പോൾ ഹിമ്മത്സിങ്ങിന് സഹിക്കാൻ വയ്യ. പിന്നിൽനിന്നേ നോക്കാൻ കഴിയുന്നുള്ളൂ. അവൻ മുഖം കണ്ടില്ല.

സേൻവർമ്മ പറഞ്ഞു.

നോക്കൂ റീത!

ചമ്പകത്തിന്റെ പൂമൊട്ടുകൾ ദൂരദർശിനി ഏറ്റെടുത്തു. ചുവന്ന കോളറിന്നു ചുറ്റും തുകൽമാല ചാർത്തുമ്പോൾ സേൻവർമ്മയുടെ നരച്ച

കൈകൾ റീതയുടെ തോളിൽ കനത്തു. താൻ ആരാച്ചാരാവുകയില്ല. ദൂര ദർശിനിയുടെ തുകൽമാല തൂക്കുകയറിന്റെ ഊരാക്കുരുക്കുമല്ല.

എങ്ങോട്ടാണ് നോക്കേണ്ടതെന്ന് അവൾക്കറിഞ്ഞുകൂടാ.

തോളിലൂന്നിയ മുട്ടുകളിൽ കൈപ്പടങ്ങളുയർന്നു കൂമ്പി. ദൃഷ്ടികളുടെ രശ്മിപ്രസരം നിശാസൂചിയിലൂടെ കാചചക്ഷുകളിലിറങ്ങി. പാറക്കെട്ടു കളിൽ ജലപ്രപാതം തകർന്നുചിതറി, ചീറിക്കുതറി. കാട്ടരുവി ചിരിച്ചു പാഞ്ഞു. ചൂരൽപ്പനമ്പുകളുടെ ആയിരം കമാനങ്ങളിൽ ജലശീകരങ്ങൾ മഴവില്ലുചാർത്തി. കമാനങ്ങൾക്കപ്പുറത്ത് കുതികയറിൽ ചൂര മാന്തിപ്പക യ്ക്കുന്ന കൃഷ്ണമൃഗത്തെ വട്ടമിട്ട് കുന്തവും കത്തിയുമേന്തിയ പുരുഷ ന്മാർ താളം തകർത്തു. വട്ടത്തിൽ വട്ടത്തിൽ, മുന്നോട്ടൊന്ന്, പിന്നോട്ട് രണ്ട്. നർത്തകരുടെ വലയമയഞ്ഞപ്പോൾ മൃഗം പഴുതുപാർത്ത് കുതി യെടുത്തു. കുതികയറിൽ മുട്ടുമടങ്ങി വീണു. നർത്തകർ ഒന്നായടുത്ത് വലയം മുറുകെ മൃഗത്തിനുനേർക്കു ചാടി. ഓഹ്ഹെ! പിടഞ്ഞെണീറ്റ കൃഷ്ണമൃഗം നാലുകാലിൽ നെട്ടനെച്ചാടി പിരിയൻകൊമ്പുകുലുക്കി തല താഴ്ത്തി അവരെ തുളച്ചുപായാൻ കുതിച്ചു. കണ്ണിനുനേരെ, കഴുത്തിനു നേരെ കുന്തങ്ങൾ, കുക്കിരികൾ. കെട്ടിയ കുറ്റിയിൽ കയറിടഞ്ഞ് ചമരി മാൻ വട്ടംചുറ്റി പിന്നോട്ടൊഴിഞ്ഞ് വലയമയച്ച നർത്തകർ ജോഡി ജോഡി കളായി ഒരുത്തനൊരുത്തൻ ഒരുത്തനൊരുത്തനെതിരെ ഒരുത്തനൊരുത്ത നെക്കാളുയരെ കൂറ്റംകുത്തി.

ഓഹ്ഹെ!

ഓഹോഹൊ!

എന്നാൽ, അവൾക്കു വൈകുന്നു. അവൾ അവധിയെടുത്തിട്ടില്ല. കാച ചക്ഷുസ്സുകൾ ദിശമാറ്റി.

താഴ്വരകൾക്കു വിലങ്ങെ കറങ്ങുന്ന റോപ്പ്‌വേയ്ക്കു താഴെ ഗാങ്ടോ ക്കിലേക്കു പോകാൻ പുറപ്പെട്ടുവന്ന വണ്ടികൾ ചെക്ക്പോസ്റ്റിൽനിന്ന് ചുര ത്തോളം വളഞ്ഞെത്തിക്കിടന്നു. ചെക്ക്പോസ്റ്റിൽ അസ്വസ്ഥനായ പാറാ വുകാരൻ കയറിവരുന്ന വണ്ടികളുടെ മിടിപ്പെങ്ങാനുമുണ്ടോ എന്ന് ചെവി യോർത്തു. അയാൾ അടുത്ത പോസ്റ്റിലേക്കു വിളിച്ചുചോദിച്ചു. എപ്പഴാണ് കൺവോയ് വിട്ടത്? റോഡ് ബ്ലോക്കുണ്ടോ? അയാളുടെ കാതിൽ തങ്ങിയ ഹാൻഡ്സെറ്റിൽ കണ്ണുംനട്ടുനിന്ന യാത്രക്കാർ നിരാശരായി, അവരവരുടെ വണ്ടിയും നോക്കി നടന്നു.

കാത്തുകാത്ത് വെറിപിടിച്ച യാത്രക്കാർ നേരത്തെ പാക്ക് ലഞ്ചഴിച്ച് അരിശം വിഴുങ്ങി. ഡ്രൈവർമാർ ചായയിടാൻ വെള്ളമനത്തി. എണ്ണയിൽ കുതിർന്ന പരുക്കൻ പഞ്ഞിയും പഴന്തുണിയും പാറക്കെട്ടുകൾക്കിടയ്ക്കിട്ടു കത്തിച്ച് തീയിലും തിളവെള്ളത്തിലും മരവിച്ച വിരൽത്തുമ്പുകൾ തൊട്ട് തൊടാതെ ചൂടേറ്റി അവരുടെ സംഘങ്ങൾ റോഡിന്റെ ഭീകരകഥകൾ കൈ മാറി. മറിഞ്ഞ വണ്ടികളുടെയും മരിച്ച മനുഷ്യരുടെയും കണക്കിൽപ്പെട്ട പിശകുകൾ അവരന്യോന്യം പറഞ്ഞുതിരുത്തി.

ഒരു യുദ്ധത്തിൽ മരിച്ചവരും മുറിവേറ്റവരുമായി പ്രസ്താവിക്കപ്പെട്ട വരുടെ മൊത്തം തുക ഒരുകാലത്തും കണക്കാക്കപ്പെടുന്നില്ല. യുദ്ധാവസാനത്തിൽ ഇനിയൊരു പടയിറക്കാൻ വേണ്ടത്ര സൈന്യവ്യൂഹങ്ങൾ ശേഷിച്ചിട്ടുണ്ടാവും. അതുതന്നെ റോഡിന്റെയും കഥ. വണ്ടികളും മനുഷ്യരും വീണടിയട്ടെ. ഒരു പെൻസിൽ ചീവുമ്പോൾ പൊഴിഞ്ഞ തെറുമ്പുകളെച്ചൊല്ലി നാമാരും വ്യാകുലപ്പെടുന്നില്ല.

കാലാകാലം മുമ്പ് ഈ റോഡൊരു പെരുവഴിയായിരുന്നു. കച്ചർ കാരാസ്താ. ഇതൊരു കഴുതച്ചാലായിരുന്നു. തിബത്തിൽനിന്നു യാക്കുകൾ, ഇൻഡ്യയിൽനിന്ന് കഴുതകൾ. യാക്കുകൾ കമ്പളിക്കെട്ടും വെൺചാമരവും കസ്തൂരിയും കറുപ്പും കൊണ്ടുവന്നു. കഴുതകൾ ഉപ്പും പുകയിലയും മതതത്ത്വവിചാരങ്ങളും കഞ്ചാവും ചുമന്നു. ഹുയങ്സാങ് വന്നു. നെഹ്റു വന്നപ്പോൾ പെരുവഴി റോഡായി. നെഹ്റുവിന്നു മുമ്പും റോപ്പ്‌വേ ഉണ്ടല്ലോ. റോപ്പ്‌വേ പീക്കിങ്ങിലെത്തുന്നു. പീക്കിങ്ങല്ല, ലാസ്സ. ലാസ്സയിൽനിന്നു പീക്കിങ്ങിലോളം റോപ്പ്‌വേയുണ്ട്. തനിക്ക് ബറ്റ് വേണോ? നിനക്ക് കള്ള ക്കടത്തുണ്ടാവും. അതുകൊണ്ടാണ് ഇത്ര ഉറപ്പ്. സംഗതിയറിഞ്ഞോ, നമ്മഡെ റേഷൻ വണ്ടിക്കണക്കിനു മല മറിഞ്ഞുപോകുന്നുണ്ട്. എടോ, അതാണീ ചൈനാക്കാരന്റെ മിടുക്ക്. നമ്മുടെ ബയനറ്റു വാങ്ങിച്ച് അവൻ നമ്മെ കുത്തിമലർത്തും. ബെറ്റുണ്ടെങ്കിപ്പറഞ്ഞാൽ മതി. നെഹ്റു ജീപ്പിലാണ് വന്നത്. ഇന്ന് വൺടണ്ണർ വരുന്നു. നാളെ സെൻചൂറിയൻ കയറും.

നമ്മുടെ സെൻചൂറിയൻ ചൈനാക്കാരൻ കൊണ്ടുപോകും.

സെൻചൂറിയൻ എവിടത്തുകാരനാ?

ചോദ്യം മനസ്സിലായില്ല.

അമേരിക്കനോ ബ്രിട്ടീഷോ?

നമ്മുടെ ടാങ്ക് വൈജയന്തയാണ്. അവൻ കയറിവരട്ടെ.

അവർ ആൾക്കുരങ്ങുമട്ടിലായിരുന്നു. അവർ ധരിച്ച പാഡഡ്കോട്ടും ട്രൗസറും കനഡയുടേയും സ്നോബൂട്ടുകൾ ആസ്ത്രേലിയയുടേയും ത്രിനോട്ട് ത്രി റൈഫിൾ ബ്രിട്ടന്റേയുമായിരുന്നു.

ഇരന്നിട്ടാരെങ്കിലും യുദ്ധംചെയ്തു ജയിച്ചിട്ടുണ്ടോ?

ഇരപ്പന്ന് വെറ്റിയും പെണ്ണും കിട്ടില്ല.

അഞ്ച്

ഇല്ല, ഇല്ല, ഇല്ല.

ഇരന്നുചെന്നാൽ പെണ്ണിനെക്കിട്ടില്ല.

ചോര, ചോര, ചോര.

എത്രവേഗം നടന്നിട്ടും, നടന്നു നീങ്ങുന്നില്ല. നിലം തൊടാത്ത കാലുകളിൽ അവന്റെ ശരീരം യാത്രക്കാർക്കും വണ്ടികൾക്കുമിടയിൽ കുടുങ്ങി. അവന്റെ മനസ്സ് ജമീലയുടെകൂടെ, ജമീലയോടൊപ്പം പറന്നു.

ശ്വാസമില്ലാതെ, യാതൊന്നും പറയാതെ, രാജന്റെ മുന്നിൽ ആലി സഹീർനിന്നു. അവന്നൊരക്ഷരം മിണ്ടാൻ വയ്യ. ഒരു നിമിഷം വൈകാൻ വയ്യ. പാക്കറ്റിൽ നിന്നെടുത്ത് അവൻ നിവർത്തി നീട്ടി.

നീലശംഖുപുഷ്പങ്ങൾ നിരനിരയായ് വിരിഞ്ഞ നീലപുഷ്പങ്ങളുടെ മിഴിവിൽ പരാഗകേസരങ്ങളുടെ കുനിയിൽ ബാഹ്യദളങ്ങളുടെ നഖക്ഷതങ്ങളിൽ, ഞെട്ടുകളിൽ ഹവിൽദാർ രാജൻ അപരിചിതകൗതുകം തേടി.

ഉർദു!

ആലിസഹീർ പറഞ്ഞു.

എഴുത്ത്.

അതേ എന്ന് രാജന്നും തോന്നുന്നുണ്ട്. ആ താളിൽ ഒരു ഹൃദയം, ഒരാത്മാവ് വരച്ചു വെച്ച വൈവശ്യത്തിന്റെ രൂപരേഖകളുണ്ട്. ആലിസഹീർ ഉൾക്കൊണ്ടുനിൽക്കുന്ന ആ വൈവശ്യം രാജന്നജ്ഞാതം. അയാൾക്കപരിചിതമായ ലിപികൾ കേബിൾ ഹുക്കുകൾ പോലെ. താഴ്വരകൾക്കു വിലങ്ങെ ടെലഫോൺ ലൈൻ വലിക്കാനുള്ള ഉപായങ്ങളായിരുന്നു മനസ്സിൽ. ഹുക്കുകളുടെ പെട്ടി കാൽക്കൽത്തന്നെ ഉണ്ടായിരുന്നു. അയാളവളുടെ സൈസെടുത്തു തൃപ്തിപ്പെട്ടു. ഈ ഹുക്കുകളിൽ ലൈൻ സുരക്ഷിതമായി വലിഞ്ഞുകിടക്കും. അതിലൂടെ ഒരു ഡിവിഷന്റെ ബ്രിഗേഡിന്റെ അപ്പപ്പോഴത്തെ ഞരമ്പുകൾ–

ഞരമ്പുകളോ ബോധധാരകളോ?

സന്ദേശങ്ങൾ.

കമാന്റ് ആന്റ് കൺട്രോൾ.

ഒരു ഡിവിഷന്റെ, ബ്രിഗേഡിന്റെ ജീവൻ ഒരു ജോഡി ടെലഫോൺ ലൈനിലൂടെ അശരീരിയായി, വൈദ്യുതിയായി മേലും കീഴും പ്രസരിക്കുന്നു. എന്നാൽ ജമീലയുടെ സന്ദേശം സഹീറിന്നു കിട്ടാൻ ദിവസങ്ങളെടുത്തു. ഇപ്പഴേ വൈകിപ്പോയി. കൈയിൽ പിടിച്ച താളിൽ അവന്റെ ആത്മാവിനെ കൊളുത്തിവലിക്കുന്ന ഹുക്കുകളിൽ നിർവ്വികാരനായി നോക്കുന്ന ഹവിൽദാരോട് ആലിസഹീർ പറഞ്ഞു.

ജമീലയുടെ എഴുത്താണ്.

ജമീലയെന്നുപോലും രാജന്ന് ആ താളിൽനിന്ന് മനസ്സിലാക്കാൻ വയ്യ! ആലിസഹീർ നടാടെ ഭാഷയെ ശപിച്ചു. ഉർദു വായിക്കാനറിയാത്ത രാജനെ വെറുത്തു.

എനിക്കു പോണം.

അവന്ന് ശ്വാസം കിട്ടി. ജമീലയുടെ വിവാഹം നടക്കാൻ പോകുന്നു. നിങ്ങൾക്കറിയില്ലേ, ഡോക്ടർ ജമാലിന്റെ മകൾ ജമീല. അവൾ സഹീറിനെ മറന്നിട്ടില്ല. ഡോക്ടർ ജമാൽ നിശ്ചയിച്ച വിവാഹം അവൾക്കു വേണ്ട. അവൾ എന്റെ കൂടെ പോരുന്നു. എന്റെ സഹീർ, ഉടനെ പുറപ്പെട്ടുവരൂ....

റോപ്പ്വേയുടെ പലകത്തട്ടിലേക്കു നോക്കി രാജൻ പറഞ്ഞു.

നീ പോകണ്ട.

എന്തുകൊണ്ടെന്ന് സഹീർ ചോദിച്ചില്ല. അവനൊന്നു നോക്കി. കൊലപ്പുള്ളിയുടെ നോട്ടം. നാവുന്ന മൂർച്ചയിലറ്റു പോകാത്ത തീരുമാനത്തിൽ രാജനുറച്ചുനിന്നു.

പോകണ്ട.

സഹീർ തീരുമാനം പറഞ്ഞു.

ഞാൻ പോകും.

മറ്റൊന്നും പറയാനില്ല. ഒരു കൗമാരപ്രണയത്തിന്റെ നാടൻകഥകൾ എത്രയോ തവണ രാജനോടു പറഞ്ഞു! പറയാൻ പാടില്ലാത്ത കാര്യങ്ങൾ പറഞ്ഞു. അവർക്കിടയിൽ യാതൊന്നും രഹസ്യമല്ലല്ലോ. പക്ഷേ, തെറ്റിപ്പോയി. രഹസ്യമുണ്ടെങ്കിൽ, ഈ മനുഷ്യൻ തന്റെ മേലധികാരിയാണെന്ന പരമാർത്ഥം മാത്രം.

ഒരു അറേബിയൻ കുതിരയുടെ വേഗത്തിൽ ആലിസഹീർ തിരിച്ചുപോയി. റോപ്പ്വേയുടെ മഥനം കണ്ട് രാജനവിടെത്തന്നെ നിന്നു.

എന്തെല്ലാം വരുന്നു!

യാതൊന്നും തിരിച്ചുപോവുന്നില്ല.

എന്നാൽ, ഈ ചുരം യാതൊന്നും സൂക്ഷിച്ചുവെക്കുന്നില്ല. താഴ്വരകൾക്കു മീതെ മേഘപാളികൾ പാറിവരുന്നുണ്ടായിരുന്നു. വെള്ള മേഘങ്ങളലിയുന്ന ചക്രവാളത്തിൽ, ചക്രവാളങ്ങളുടെ പരാപരപ്പിൽ–

ഇൻഡ്യയുടെ ചക്രവാളങ്ങൾ എവിടംവരെയാണെത്തുന്നത്?

ആറ്

ആലിസഹീർ വാതിലിൽ മുട്ടി. ബങ്കറിന്നുള്ളിൽ ദർബാറിലാലിന്റെ സ്വൈരംകെട്ട ശബ്ദമുയർന്നു.

കോൻ ഹൈ?

പേരു പറഞ്ഞപ്പോൾ ദർബാറിലാലിന്ന് ശബ്ദം നേർത്തുനേർത്തു പോയി.

കുഞ്ഞേ, നീയാണോ? നീയെന്തിന് വാതിൽക്കൽ മുട്ടണം? സ്റ്റോറല്ലേ കുഞ്ഞേ, വാതിൽ തുറന്നിട്ടാൽ മൂടൽമഞ്ഞു കയറും. വാതിലടച്ചേര്. പൂപ്പൽ

പിടിക്കരുതല്ലോ. എനിക്കൊരു പൊത്തിരുത്തുമില്ല. നല്ലനേരത്തിന്നാണ് നിനക്കിങ്ങോട്ടൊന്നു കയറാൻ തോന്നിയത്. എന്താ നിന്റെ പേര്? ഞാനീയിടെ പേരുകൾ മറക്കുന്നു. എല്ലാവരുടേയും നമ്പരോർമ്മയുണ്ട്. പേരു തെറ്റിപ്പോയാലും സ്റ്റോറിലെ ഇടപാടുകളിൽ നമ്പർ വേണം. നമ്പർ തെറ്റാതെ വേണം. സഹീർ ത്രിപ്പിൾ സെവനല്ലേ? എനിക്കെല്ലാവരുടെ നമ്പറും മനപ്പാഠമായി. ത്രിപ്പിൾ സെവന്ന് കൂട്ടാനും കുറയ്ക്കാനുമറിയില്ലേ?

സഹീർ നിന്നു വിയർത്തു. അവന്ന് അവധിയിൽ പോകണം. അവന്റെ വശങ്ങളിൽ ബുക്കാരികളെറിഞ്ഞു. എന്റെ അലി ഉടനെ വരൂ, എന്നെ കൊണ്ടുപോകൂ. ബർണ്ണറിൽ ഇറ്റുവീഴുന്ന മണ്ണെണ്ണത്തുള്ളി ഹുംകാരമായി, നീലജ്ജ്വാലയായി, ഊഷ്മാവായി, ബങ്കറിൽ പുതഞ്ഞു. അവന്റെ നെഞ്ചിൽ ബുക്കാരിയുടെ ബർണ്ണർ ജ്വലിച്ചു. എങ്ങോട്ടെങ്കിലും കൊണ്ടുപോകൂ. കോട്ട്പർക്കയുടെ കുടുക്കഴിക്കുമ്പോൾ ദർബാറിലാൽ പറഞ്ഞു.

ഇരിക്കണം കുഞ്ഞേ, നീയെന്തിന് വന്ന കാലിൽ നിൽക്കണം?

സഹീറിന്നിരിക്കണ്ട. എന്നാണിനി സിലിഗുഡിക്ക് വണ്ടി പോവുക?

ലജർ മലർത്തി ദർബാറിലാൽ വരികളിൽ വിരലോടിച്ചു. ഒരു പ്രമാണം പഠിക്കുന്ന ലാഘവത്തോടെ അയാൾ പറഞ്ഞു.

ആരോ പറഞ്ഞതാണ്, ചട്ടിയിൽനിന്നു വീണതടുപ്പിലേക്കായെന്ന്. എന്റെ ത്രിപ്പിൾ സെവൻ കേൾക്കണം. സത്‌ലജിന്റെ മണപ്പുറങ്ങളിൽ ദർബാറി കൈകുത്തി വീണിട്ടില്ല. ധാരാളം ഖബഡി കളിച്ചിട്ടുണ്ട്. റാണവത്തിൽ വന്നതുകൊണ്ട് അക്കങ്ങളെഴുതാൻ വശായി. സ്റ്റോറെടുത്തപ്പോൾ മൂന്നു പ്രമാണങ്ങൾ കിട്ടി. വരവ്, ചെലവ്, നീക്കിയിരിപ്പ്. മൂന്നും ലജറിൽ തെറ്റാതെ പാലിക്കണം. ലജറിൽ കണ്ട നീക്കിയിരിപ്പ് കൈയിരിപ്പ് കാണണം.

ഫയൽക്കെട്ടുകളെടുത്തു മലർത്തി അയാൾ ഇൻവോയ്സുകൾ ചികഞ്ഞു.

കുഞ്ഞേ, ഇതൊന്നു നോക്കിക്കേ, ആർ വി ഐ വി ഏതൊക്കെ?

ആലിസഹീർ എന്നിട്ടും നിൽക്കുന്നു. ചെയ്യേണ്ടതെല്ലാം ദർബാറിലാലിന്നറിയാം. ഇത്തിരി പോരം പോന്നൊരു തുലുക്കച്ചെറുക്കനെപ്പിടിച്ചിരുത്താൻ വയ്യേ? തന്റെ കൈകൾകൊണ്ടൊരു തൊഴിലെടുത്ത ശീലമില്ലാത്ത അയാൾ ഒറ്റയാനെ താപ്പാനയാക്കുന്ന മന്ത്രമെടുത്തുരുട്ടി.

കുഞ്ഞിന്റെ അച്ഛന്നു സുഖം തന്നെയല്ലേ?

അച്ഛൻ മരുമകളെ ഇരന്നു വാങ്ങിക്കാൻ ഡോക്ടർ നസീർ മൊഹമ്മദ് ജലാലിന്റെ ഗേറ്റിൽ ചട്ടിയും കുത്തുവടിയുമേന്തി നോമ്പാചരിക്കുന്നു. എന്നാൽ, അച്ഛനെക്കുറിച്ചല്ല സഹീർ പറഞ്ഞത്. ചുണ്ടിൽ നേരത്തെ സ്വരൂപിച്ച വാക്കുകൾ അവനറിയാതുതിർന്നു.

എനിക്കവധിയിൽ പോകണം.

ദർബാറിലാൽ തോറ്റുപോയി. നിന്റെ രാമായണം നീതന്നെ വായിക്ക്.

ട്രാൻസിറ്റ് ക്യാമ്പുകളിൽ തങ്ങി ദിവസം കളയാൻ വയ്യ. നമ്മുടെ വണ്ടി എന്നാണിനി പോവുക? ഇല്ലെങ്കിൽ വേണ്ട, അവൻ നടന്നുപോകും.

തന്നെ!

ദർബാറിലാൽ താരി പിടിച്ചു.

പോകുമ്പ എന്നോടൊന്നു പറയണം. പറഞ്ഞില്ലേലും ക്ലിയറൻസിനു വരുമ്പ ഞാനറിയും. ഒരു സാധനം എന്റെ വീടുവരെ ഒന്നെത്തിക്കണം. ജാസ്തിയൊന്നും കാണില്ല. കൈപ്പിടിക്കാനുള്ളതേ കാണൂ.

സഹീർ ചോദിച്ചു.

എനിക്കവധി വാങ്ങിത്തരാമോ?

ദയയുടെ മുലക്കണ്ണു പൊരിഞ്ഞു ദർബാറിലാലിന്.

കുഞ്ഞിനെന്താ സംശയം, കമ്പനി കമാന്റർ എനിക്കന്യനല്ലല്ലോ.

ഏഴ്

ആരവം കേൾക്കായി.

ഒറ്റയ്ക്കു തുടങ്ങി. ഒന്നായി രണ്ടായി മൂന്നായി.... രാജൻ മനസ്സിലെ ണ്ണുകയായിരുന്നു. എന്നാലെണ്ണം തെറ്റി. കൂട്ടമായി, കൂട്ടംകൂട്ടമായി ഡയനാമിറ്റുകൾ പൊട്ടി.

താഴ്വരകൾ മുഴങ്ങി. പർവ്വതങ്ങൾ കുലുങ്ങി. രാജന്റെ കാൽക്കീഴിൽ കരിമ്പാറക്കെട്ടു ഞെരുങ്ങി.

ബങ്കർ കുലുങ്ങി.

റോഡിലുടനീളം തമരു താഴ്ത്തി തോട്ടകൾ നിറച്ച് തിരിയിണക്കി ഒരേ മുഹൂർത്തത്തിൽ തീ കൊളുത്തിയതായിരുന്നു.

കസാല തിറമ്പി.

പർവ്വതങ്ങളിലലച്ചുവരുന്ന ആരവത്തിന്റെ മാറ്റൊലികൾക്ക് മലയിടുക്കുകളിൽ ഗതിമുട്ടി, അലയൊലികളുടെ സംശ്ലേഷണം താഴ്വരകളിലൊരു ചുഴിയായി, ആ ചുഴിയുടെ നാദം അനശ്വരമായി.

ഓം....

തലാതലങ്ങളിൽ മുഴങ്ങി.

സ്വിച്ച് ബാർഡിൽ മേനോൻ ഞെട്ടിത്തെറിച്ചു.

ലൈനാസകലം പൊട്ടി.

ഒന്ന് എല്ലാമാവുന്നു. എല്ലാം ഒന്നാവുന്നു. മേനോന്നോർമ്മയില്ല. ആരെല്ലാമായിരുന്നു ലൈനിൽ?

ടെലഫോൺ ലൈൻ റോഡരികിലൂടെ വരുന്നു. എന്നാൽ റോഡുണ്ടോ? പർവ്വതങ്ങളെ ഉടുപ്പിച്ച ഈ അരഞ്ഞാൺ എന്നും പൊട്ടി. അരഞ്ഞാണിന്നു മീതെ അത്യുന്നതങ്ങളിൽ എക്കാലത്തും മഞ്ഞടിഞ്ഞുകിടന്നു. വെയില നങ്ങിയാൽ മതി, മഞ്ഞിന്ന് സ്നേഹിക്കപ്പെടുന്ന ഹൃദയത്തിന്റെ ശീല മാകുന്നു. അലിഞ്ഞുവരും. ജലധാരകൾ തമ്മിൽ ചേർന്ന് പെരുത്തുവരും. പിന്നെ പർവ്വതങ്ങളിൽ ഇരുണ്ട കാർമേഘങ്ങൾ ഓർക്കാപ്പുറം വന്നലച്ചു. ഉരുൾപൊട്ടി. മഞ്ഞിന്നു താങ്ങായി നിന്ന പാറക്കെട്ടുകളടക്കം ഇടിഞ്ഞു ചാടി വരുന്നു. പർവ്വതശൃംഗങ്ങൾ താഴ്വരകളിലേക്കു പ്രവഹിക്കുന്നു. അപ്പോൾ അഴിഞ്ഞുകിടന്ന അരഞ്ഞാണെവിടെ?

അരക്കെട്ടെവിടെ?

പർവ്വതങ്ങളെ വിഴുങ്ങുന്ന താഴ്വരകളിലൂടെ എഞ്ചിനീയർമാർ വന്നു. പാറക്കെട്ടുകളിൽ പിടിച്ചുകയറി പർവ്വതത്തിന്റെ മുതുകിടിച്ചു നിരത്തി വീണ്ടുമരഞ്ഞാൺ കെട്ടി.

റോഡെന്ന സന്ദേഹത്തിന്റെ ഓരങ്ങളിൽ കനം കുറഞ്ഞ കാലുകളിൽ ടെലഫോൺ ലൈൻ കെട്ടി.

ലൈൻ പൊട്ടിച്ചിതറി.

സ്വിച്ച് ബോർഡിൽ മേനോന്നു സഹികെട്ടു. ലൈൻ തകരുമ്പോൾ എല്ലാ പ്രമാണിമാർക്കും ഡിവിഷൻ ഹെഡ് ക്വാർട്ടേഴ്സ് കിട്ടണം.

ഗിവ് മി ബേസ് ഹോസ്പിറ്റൽ.

ഡോക്ടർക്കു വേണ്ടത് ബേയ്സ് ഹോസ്പിറ്റൽ.

ലൈനില്ല, സർ.

അദ്ദേഹമെന്തു ധരിച്ചുവോ! നേരെ വർത്തമാനമങ്ങു തുടങ്ങി.

എപ്പഴാണയച്ചത്?

സർ, ഇപ്പോൾ സാദ്ധ്യമല്ല, ലൈനില്ല.

ഡോക്ടർ ചോദിച്ചു:

ആരാണത്, ആംബുലൻസില്ലെന്നോ! എന്താണിതിന്റെ സാരം?

എക്സ്ചേഞ്ച് ഓപ്പറേറ്റർ....

ഷഡപ്, ഞാൻ ബേസിനോടാണ് വർത്തമാനം പറയുന്നത്. നീയെന്റെ ഇടയ്ക്ക് കയറരുത്.

മേനോൻ മിഴിച്ചിരുന്നു. ഡോക്ടർക്കും മതിഭ്രമമോ?

റിസീവർ നിശ്ശബ്ദമായപ്പോൾ ഡോക്ടർ എക്സ്ചേഞ്ച് വിളിച്ചു.

ഓപ്പറേറ്റർ, നീയെന്തെടുക്കുകയാണവിടെ?

സർ.

വേക്കപ്പ്. ബേസ് ഹോസ്പിറ്റലെവിടെ? മേജർ പ്രഭാകർ എവിടെ? ലൈൻ നിലനിർത്താനാവില്ലെങ്കിൽ സിഗ്നൽസെന്തിന്നിവിടെ? പിക്നിക്കിന്നോ?

മേനോന്റെ മനസ്സിൽ വെൺചാമരം വിരിഞ്ഞു. ഡോക്ടർ സാഹേബ്, താങ്കൾ വെൺചാമരം കണ്ടിട്ടുണ്ടോ? അതെടുത്ത് യുദ്ധം ചെയ്യാനാവില്ല. ജിം ജിം പെപ്പര പേ! ഞങ്ങൾക്ക് പിക്നിക്കറിഞ്ഞുകൂടാ. കയ്യാംകളി, വള്ളം കളി, പൂരക്കളി, വെൺചാമരങ്ങൾ, ആലവട്ടങ്ങൾ, കൊമ്പനാനകൾ, ഉത്സവങ്ങളുടെ ബഹളമാണിപ്പോൾ ഞങ്ങടെ നാട്ടിൽ. കൊടുംവേനൽ....

മേനോൻ യാതൊന്നും പറഞ്ഞില്ല. ഡോക്ടർ സർവ്വത്തിനേയും ശപിക്കുന്നുണ്ടായിരുന്നു. ബ്ലാസ്റ്റിങ്ങിൽ പരിക്കുപറ്റി, ഇന്നലെ വന്നു കിടക്കുന്ന രോഗിക്ക് ഇനിയും ബ്ലീഡിങ്ങ് നിന്നിട്ടില്ല. രക്തം കൊടുക്കാൻ നിർവ്വാഹമില്ല. പ്രഭു, വി.ആർ. ഓൺലി ഏ ഡ്രസ്സിംഗ്സ്റ്റേഷൻ, രോഗിയെ കൊണ്ടുപോകാൻ ആംബുലൻസിതേവരെ എത്തിയിട്ടില്ല. പറയൂ പ്രഭു, ഞാനെന്തു ചെയ്യും? അവൻ ചോര വറ്റിച്ചത്തുപോകുന്നതു നോക്കിയിരിക്കണോ?

ലൈൻ പാർട്ടികൾ റോന്തുചുറ്റുകയാവും. മേജർ പ്രഭാകർ അവരെക്കുറിച്ചാണോർത്തത്. പാറക്കെട്ടുകൾ തകർന്നടിഞ്ഞ റോഡിൽ അവരുടെ ജീപ്പ് കുടുങ്ങി. ലാഡർസെറ്റും കേബിൾ ഡ്രമ്മും ചുമന്ന് ലൈൻമേൻ അക്കര പറ്റണം. മേജർ പ്രഭാകർ പറഞ്ഞു.

ഡോക്, ലൈൻപാർട്ടി താഴ്‌വരകളിലിറങ്ങി ലൈൻ തപ്പിപ്പിടിക്കുന്നുണ്ടാവും. താങ്കളുടെ രോഗിയെ ദൈവം രക്ഷിക്കട്ടെ. എന്റെ ചെറുക്കന്മാരിപ്പോൾ ചെകുത്താന്റെ പെരുകുടലിലിറങ്ങിത്തപ്പുകയാവും. അവരെ...

ഹവിൽദാർ മഞ്ചേർക്കർ യാതൊന്നും പറഞ്ഞില്ല. അയാൾ കേട്ടില്ലായിരിക്കും. എത്ര തവണ പറയും? മേനോൻ സ്വിച്ച് ബോർഡിൽനിന്നെണീറ്റു. മഞ്ചേർക്കർ മെസ്സേജ് പഠിക്കുകയാണ്. മേനോൻ പറഞ്ഞു.

ഡിവ് ലൈൻ പൊട്ടി.

മഞ്ചേർക്കർ കേട്ട ഭാവമില്ല. മേനോൻ പറഞ്ഞു.

ഡയറിയെഴുതിയേക്കൂ. ലൈൻ പൊട്ടിയത്...

മഞ്ചേർക്കർ വാച്ചുപോലും നോക്കിയില്ല. ഇഷ്ടമുള്ള സമയമെഴുതട്ടെ. മേനോൻ സ്വിച്ച് ബോഡിലേക്ക് മടങ്ങി.

മഞ്ചേർക്കർ മെസ്സേജ് പഠിച്ചു. സുഖക്ഷേമകാര്യങ്ങൾ. മനുഷ്യന് തണുത്തുകൂടാ. മഞ്ഞിൻമലകളിൽ അത്യുന്നതങ്ങളിൽ, അവൻ മരിച്ചു ചാകാൻ പാടില്ല. ബുക്കാരി ബുക്കാരികൾ, മണ്ണെണ്ണ മണ്ണെണ്ണപ്പീപ്പകൾ. നവംബർ തൊട്ട് ഫെബ്രുവരി വരെ ബുക്കാരികളെരിച്ച വഹയിൽ ബ്രിഗേഡിന്റെ ചെലവ് മൂന്നര ലക്ഷം രൂപ. വാക്കുകൾ വ്യക്തം. അർത്ഥം സുഗ്രാഹ്യം. പച്ച പെൻസിലെടുത്ത് മഞ്ചേർക്കർ അടയാളമിട്ടു. റൈറ്റ്! കയ്യൊപ്പു പരിശോധിച്ചു. ജനൂയിൻ, ശശിധരൻ ഏ.പി., മേജർ.... സീൽ നോക്കി. ഡി.ഏ.ഏ.ക്യൂ.എം.ജി. റൈറ്റ്! മെസ്സേജിൽ പിശകൊന്നുമില്ല. റൂട്ടഡ്, വീണ്ടും വലിയൊരു റൈറ്റ് മാർക്കടിച്ച് ഇനീഷ്യൽ ചെയ്തു. ഇനി സർക്ക്യൂട്ടിൽ കൊടുക്കാം. മേൽവിലാസക്കാരനയയ്ക്കാം. ഡിവിഷൻ ഹെഡ്ക്വാർട്ടേഴ്സ്. അവിടന്നും മുകളിലേക്ക്. ഡിഫൻസ് ഹെഡ്ക്വാർട്ടേഴ്സ്,

മൂന്നരലക്ഷം രൂപ. ഇതവിടെയും നിൽക്കില്ല. ധനകാര്യാലയത്തിലേക്ക്. ലോക്സഭയിലേക്കെന്ന് മഞ്ചേർക്കർ ഓർത്തില്ല. ഭാരതീയജനതയുടെ നെഞ്ചിലേക്ക്... ഒരു ബ്രിഗേഡിന്റെ ക്ഷേമം കാണാൻ മൂന്നു മാസമെരിച്ചത് മൂന്നരലക്ഷം. ഇങ്ങനെ എത്ര ബ്രിഗേഡുകൾ? മഞ്ചേർക്കർക്കറിഞ്ഞു കൂടാ. അയാൾക്ക് ചോളത്തിന്റേയും നിലക്കടലയുടേയും നിലവാരമറിയാം. ഒരേക്കറിലെ വിളവ്, ചെലവ്. മഞ്ചേർക്കർ കർഷകനാകുന്നു. കർഷകന്റെ പുത്രനും പൗത്രനുമാകുന്നു. ചോളം വിളയുന്ന വയലുകൾ, കാവൽമാടത്തിൽ, നിലാവിൽ വളകിലുങ്ങുന്ന കൈകളിൽനിന്നത്താഴം.

ഓഹോഹൊ!

വിത്ത്, വളം, കരി, നുകം, കാളകൾ.

ഓ... ഹൈയ്!

രണ്ടുവർഷമായി കൊയ്ത്തുകാലത്തയാൾ നാട്ടിൽ പോയിട്ടില്ല. എന്നാലും വിളവുകളുടെ നിലവാരമറിയാം. മറ്റൊന്നുമെഴുതാൻ അച്ഛന്നറിഞ്ഞുകൂടാ. കുഴൽക്കിണറുകളെക്കുറിച്ചെഴുതാൻപോലുമറിഞ്ഞുകൂടാ. നമ്മുടെ ഗ്രാമത്തിൽ കുഡുകുഡു, ഡുപ്ഡുപ്.... ഭൂമിയുടെ നാഡിമിടിപ്പളക്കുന്ന അച്ഛന്റെ അജ്ഞത മഞ്ചേർക്കർക്ക് മനസ്സിലാവും. നാലായിരം കിലോമീറ്റർ വ്യാപ്തിയുള്ളൊരതിർത്തിയിൽ എത്ര ബ്രിഗേഡ്, എത്ര മണ്ണെണ്ണ!

എട്ട്

ഓഹോ ഹൊ.

കണംകാലുകൾ മല ചവിട്ടി.

മുകളിൽനിന്നു നോക്കുമ്പോൾ ഒരുപറ്റം ഒച്ചുകൾ, ഒരുകൂട്ടം മുള്ളൻ പന്നികൾ.

ഒച്ചുകൾ ടിൻഷീറ്റു ചുമന്നു.

മുള്ളൻപന്നികൾ ഉരുളൻ തടികൾ പേറിവന്നു.

ദേവതാരത്തിനു കീഴിൽ ആലിസഹീർ നിന്നു. ആരോടു പറയേണ്ടൂ?

തിബത്തൻ വെട്ടിയിറക്കിയ പാത, ചുരത്തിൽനിന്നു ചാരിയ പിരിയൻ കോണിപോലെ പർവ്വതം കയറുന്നു. എന്നാൽ അവർ കുത്തനെ മലചവിട്ടി പർവ്വതത്തിന്റെ ഞരമ്പുകളും സന്ധികളും തിബത്തർക്കറിയാം. ആ ഞരമ്പുകളുണർത്തുന്ന സംഗീതം മൂളി ഒച്ചുകളിഴഞ്ഞുവന്നു. കണങ്കാലുകൾ കാണായി. കണങ്കാലുകളുടെ നിറവും വടിവും - കണങ്കാലുകളേ കാണാവൂ. ഒച്ചുകളുടെ കണങ്കാലുകൾ ടിൻഷീറ്റിന്റെ പുറംതോടിന്നടിയിൽ സംഗീതത്തിന്റെ ആരോഹണം രചിച്ചു. ചെറുനാക്കിൽ പിളരുന്ന നാദധാരയിൽ, ഒരു കണ്ണോക്കിന്റെ വാൾമുന കീറിയ ഹൃദയം - അവരാ

ഹൃദയപ്പൊളികൾ ചുമന്നു. അവരുടെ പിമ്പേ മുള്ളൻപന്നികളെത്തി. അവരുടെ ചുമലുകളിലോടക്കുഴലുകൾ കയറി ചൂളംകുത്തി.

ആലിസഹീർ തന്നിൽ മുഴുകി. അവനറിയാതെ ഒരീരടി പാടി.

ഒരു ജന്മത്തിൻ കുളിരോ നനവോ
അറിയാതവരീ വഴി വന്നു

ചുവടിറക്കിയ പെൺകിടാങ്ങൾ പർവ്വതത്തിന്റെ ഉച്ചിയിൽനിന്നു കുത്തനെ ഓടിയിറങ്ങി ദേവതാരങ്ങളിൽ തങ്ങി തത്തിച്ചാടി കീഴോട്ടെത്തി. കരിമ്പാറകളിലിരുന്ന് അവർ ഒഴുകിവന്നു. എത്തിയേടത്തു മറിഞ്ഞ് അവർ മലർന്നുകിടക്കുകയും ആകാശങ്ങളോടു ചിരിക്കുകയും ചെയ്തു. ദേവതാരത്തിൽ കൈകളൂന്നിത്തള്ളുന്ന കൂട്ടുകാരിയുടെ പിന്നിൽ വന്നെത്തി. എത്തിയപാടെ അവളുടെ കഴുത്തിൽ കൈയിട്ടു ചുറ്റിപ്പിടിച്ച് മുത്തം കൊടുത്തു. അവർ രണ്ടും കെട്ടിമറിഞ്ഞ് താഴോട്ടുരുമ്മി ഒരുപാടു ചിരിച്ചു.

ഓഹോ ഹൊ!

പിന്നെ, അവന്നങ്ങോട്ടു നോക്കനറച്ചു. തമ്മിൽ പുണർന്ന് പെൺകുട്ടികൾ മറഞ്ഞു.

ഒരു ജന്മത്തിൻ കുളിരിൽ, മഞ്ഞിൽ...

പുതുമഞ്ഞു വീണു താഴ്വരകൾ പുതഞ്ഞുകിടന്നപ്പോൾ പുളച്ചുവന്ന കല്ലാടുകൾ, പട്ടികൾ. അപ്പോൾ മനുഷ്യരെല്ലാം ബങ്കറിന്നകത്തൊതുങ്ങിക്കിടന്നു. വെണ്മയുടെ പരാപരപ്പിൽ രണ്ടു പട്ടികൾ, രണ്ടു ജീവികൾ, ഒരു ജീവിതം. അവരന്യോന്യം പുതുമഞ്ഞു വാരിത്തൂവി, പെണ്ണിനുശ്വാസം മുട്ടി. കണ്ണു കലങ്ങി, കരച്ചിലായി. അവളെ പിടിച്ചുരുട്ടി അവളോടൊപ്പം ആൺപട്ടി മഞ്ഞിൻ ചുരുളുകൾക്കിടയിലൂടെ പുതഞ്ഞുപുതഞ്ഞുരുണ്ടു.

പട്ടികളും കല്ലാടുകളും പുതുമഞ്ഞും വന്നപോലെ പോയി. അവന്റെ മുന്നിൽ ഇണചേരാൻ ഞെരുങ്ങുന്ന പെൺകിടാങ്ങൾ ചുണ്ടും ചിറിയും മാറും മുടിയും അടിപ്പാവാടയും കടിച്ചുകീറി.

പിന്നെ, അവനൊന്നും കാണാൻ വയ്യാതായി. അവൻ ഷഹണായ് കേൾക്കുകയായിരുന്നു. ജമീലയെ നേർക്കാൻ വരുന്നതാർ?

അവന്ന് കൈകൾ ഞെരിഞ്ഞു. അവനെ ഞാൻ കൊല്ലും.

ഒമ്പത്

മനുഷ്യൻ എന്ന് മേജർ പ്രഭാകർ തലക്കുറിപ്പെഴുതി – MAN. മേൻ പാക്ക എന്നാണെഴുതേണ്ടത്. വിരലുകൾ വഴങ്ങിയില്ല. കസേരക്കൈയിന്നു മീതെ കൈകൾ പിന്നാക്കമെടുത്ത് ബുക്കാരിയുടെ ഊഷ്മളപ്രസരത്തിൽ വിരലുകൾ ചികഞ്ഞിരുന്നു. ഹരിഹരൻപിള്ള കടന്നുവന്നപ്പോൾ സാഹേ

ബുണ്ട് ഞണ്ടിന്റെ നടപ്പഭിനയിക്കുന്നു. കണ്ടില്ലെന്നു നടിച്ച് അദ്ദേഹം നിന്നു. മേജർ പറഞ്ഞു.

നമുക്കൊരു ചാർട്ടുണ്ടാക്കണം. ഒന്നുകൊണ്ടാവില്ല. മോൻപാക്ക്, മ്യൂൾപാക്ക്, ജീപ്പ്, വൺടണ്ണർ, ഡേക്കോട്ട - എത്രയായി?

ഹരിഹരൻപിള്ള എണ്ണിയിട്ടില്ല. കവലക്കസർത്താരംഭിക്കുന്ന അഭ്യാസിയുടെ വായ്ത്താരി അയാൾ പ്രതീക്ഷിച്ചിട്ടില്ല. അതറിഞ്ഞിട്ടുതന്നെ മേജർ പ്രഭാകർ ചോദിച്ചു.

എത്രയായി?

അദ്ദേഹം നിരത്തിയ തലക്കെട്ടുകൾ തണുത്ത അന്തരീക്ഷത്തിൽ ചികഞ്ഞെടുക്കുന്ന ഹവിൽദാർ മേജർ തടയുന്നത് വിരലുകളിൽ പിടിച്ചു മടക്കി അടുത്തതെന്തെന്നു ചികയുമ്പോൾ മേജർ കൈകൾ മുമ്പോട്ടെടുത്ത് മേശയുടെ മൂലകൾ പിടിച്ചു.

തലക്കെട്ടുകൾ ആവർത്തിക്കപ്പെട്ടു. മേൻപാക്ക്, മ്യൂൾപാക്ക്, ജീപ്പ്, വൺടണ്ണർ, ഡെക്കോട്ട - അഞ്ച്. ആറാകാനും സാധ്യതയുണ്ട്. നാഥുലാ റോഡിലൂടെ ത്രിടണ്ണറോടാൻ തുടങ്ങുമ്പോൾ -

സ്ഥായിയായ മുഖഭാവത്തോടെ ഹരിഹരൻ നിന്നു. മേജർ പ്രഭാകർ മേനി നടിച്ചു. അദർ താങ്ക്സ്. ലോജിസ്റ്റിക്സ് എന്തെന്നറിയാത്തവൻ സമം അദർ റാങ്ക്സ്. ലാസ്സാ സിങ്ക്യാങ് ഹൈവേയിൽ യാങ്ടങ്ങിൽ ചീനപ്പടയെ നിരോധിക്കാനുള്ള സാധ്യതകൾ ഒരു വൺ ടണ്ണർ റോഡിന്നില്ല.

മേജർ തുടർന്നു.

ത്രി ടണ്ണർ. ത്രി ടണ്ണറോടാൻ തുടങ്ങുമ്പോൾ ആറാമത്തെ തലക്കെട്ടിന്ന് ഹരിതഹാരകങ്ങളായി കമ്പനി ഉരുത്തിരിയണം.

ചാർട്ടുകൾ ആറാകട്ടെ.

കാമ്പെയിൻ ഫയൽ നിവർത്തി. ആചമിക്കാനെന്നപോലെ ഒരടുക്കു താളുകൾ കൈത്തലങ്ങൾക്കിടയ്ക്കെടുത്ത് മേജർ പ്രഭാകർ ഹവിൽദാർ മേജറെ നോക്കി.

ഇത്രയും മാതൃകകളാകുന്നു.

മേൻപാക്കെന്ന ഒന്നാം തലക്കെട്ടിലെ ഇടത്തലക്കെട്ടുകളും കോളങ്ങളും ചർച്ച ചെയ്യപ്പെട്ടു. മനുഷ്യന്റെ തൂക്കമെന്നാൽ അവന്റെ തൂക്കമല്ല. അവന്നു സഹിക്കാവുന്ന ചുമടടക്കം അവന്റെ തൂക്കമാകുന്നു. ഒരു റൈഫിളും അമ്പതു തോട്ടയും ഇതിലടങ്ങുന്നു. അവൻ ഒരു സാധാരണ മനുഷ്യനല്ലെന്നതാകുന്നു പ്രസ്തുതം. ഒരു സാധരാണ മനുഷ്യന്റെ തൂക്കത്തിൽ, അവന്റെ പല്ലും നഖങ്ങളും പോലെ, ഭടന്റെ തൂക്കത്തിൽ അവശ്യായുധങ്ങളടങ്ങണം. മെഷീൻഗണ്ണുണ്ടെങ്കിൽ, അതിന്റെ തൂക്കം വേറെ. പിന്നെ അവൻ ധരിക്കുന്ന ഉടുപ്പുകളുടെ തൂക്കം. ഉദാഹരണത്തിന്, ബൂട്ട്സ് ഹെവിസ്നോ, എട്ടു കേ.ജി. പാദാദികേശം തന്നെയാവട്ടെ. മനുഷ്യനെന്ന കോളത്തിന്റെ ഇടത്തലക്കെട്ടുകളിൽ വരേണ്ട ഇനങ്ങൾ സസൂക്ഷ്മം

ശ്രദ്ധിക്കണം. തൂക്കമെടുക്കുമ്പോൾ മനുഷ്യാംശങ്ങളെ മറന്നേക്കൂ. ഇവിടെ മനുഷ്യൻ സമം ഭടൻ. മേൻ റെഡി ഫോർ ബാറ്റിൽ, യുദ്ധത്തിൽ അവശ്യം വേണ്ടാത്ത ചില്ലറ എഴുത്തുകളോ, ഒരു ഫോട്ടോവോ ഇഷ്ടപ്പെട്ടവരുടെ സോവനീറോ ഒരുത്തന്റെ പാക്കറ്റിലുണ്ടായേക്കും. മാനുഷികാംശങ്ങൾ മറക്കൂ. നമുക്കു വേണ്ടത് യുദ്ധത്തിനൊരുങ്ങിയ ഭടന്റെ ആകെത്തൂക്കമാകുന്നു. ഇതുകിട്ടിയാൽ മ്യൂൾപാക്ക് ശരിപ്പെടും. വെക്കം ശരിപ്പെടും. കമ്പനിക്കു വേണ്ടുന്ന സന്നാഹസാമഗ്രികളുടെ തൂക്കമാണിവിടെ പ്രധാനം. കഴുതകളുടെ തൂക്കം വേണ്ട. എത്ര കഴുതകളുടെ ചുമടായി സിഗ്നൽ കമ്പനി പടപ്പുറപ്പാടൊരുങ്ങും?

ഹരിഹരൻപിള്ളയ്ക്കടിതുള്ളി. എല്ലാ ദുരിശങ്ങളും കാലടികളിലേക്കിറങ്ങി. ദുരിശങ്ങൾക്കു മുളപൊട്ടി. ഉള്ളനടികളിൽ മാംസപടലങ്ങൾ തുറന്ന് സ്നോബൂട്ടുകളിൽ വേരിറങ്ങുന്നു. മേജർ വിശദീകരിക്കുന്ന കണമുള്ളുകളിൽ, മുള്ളുപാദത്തിൽനിന്ന് ഹരിഹരൻപിള്ള തുള്ളുമ്പോൾ കൂട്ടംതെറ്റിയ തമരിൽ എങ്ങോ ഒരു ഡയനാമിറ്റു പൊട്ടി. ഒറ്റപ്പെട്ട ആരവം പർവ്വതങ്ങളിലലച്ചു. ഉരുളൻതടികളുടെ മേൽപ്പുരയിൽ ചരൽക്കല്ലുകൾ ഞെരിഞ്ഞ് ടിൻഷീറ്റിലുരുണ്ട് പൂഴിയുതിർന്നു. യുദ്ധം തലയ്ക്കുമുകളിലാണെന്ന് ഹരിഹരൻപിള്ള പറഞ്ഞില്ല. ദുരിശത്തിന്റെ വേദനകൾ മനസ്സിൽ ഗതിമുട്ടി മുഖഭാവത്തിൽ താരാടിനിന്നു.

മേജർ, താങ്കളൊന്നും പറഞ്ഞില്ല.

ഒന്ന് എല്ലാമാവുന്നു.

ഒരു കഴുതയ്ക്കെത്ര മനുഷ്യർ?

എല്ലാം ഒന്നാകുന്നു.

ഓർത്തുനിൽക്കുമ്പോൾ കസേര പിൻകാലുകളിൽ നിവരുകയായിരുന്നു. കസേരക്കൈകൾക്കു മേലെ മേജറുടെ കൈകൾ പിന്നോട്ടൊഴുകി. ബുക്കാരിയുടെ പഴുത്ത ലോഹക്കുറ്റി വമിക്കുന്ന കൃത്രിമോഷ്മാവിൽ വിരൽത്തുമ്പുകൾ പിയാനോ വായിച്ചു.

എന്റെ പപ്പനാവാ, ഇവഡെങ്ങനെ യുത്തം?

അതെന്തരു യുദ്ധമായിരിക്കും?

പത്ത്

ചെക്ക് പോസ്റ്റ് നിശ്ശബ്ദരായി. കൺവോയ് വരുന്നു. വണ്ടികളൊന്നും കാണാൻ വയ്യ. വണ്ടിയുടേതെന്നു തീർത്തുപറയാവുന്ന ശബ്ദവും കേട്ടില്ല. അന്തരീക്ഷത്തിൽ സന്ദേഹം തുടിച്ചു. ഓംകാരത്തിന്റെ മൂകഗംഭീരമായ മുഴക്കത്തിൽ അവ്യക്തസ്പന്ദനങ്ങളുണ്ടായിരുന്നു. ചലനം തേനീച്ചയോ? എന്തോ ഉണ്ട്. സന്ദേഹം മോട്ടോറിന്റെ ചലനമായി, സ്പന്ദനമായി, ശബ്ദമായി, മുഴക്കമായി, ആരവമായി – യാതൊന്നുമില്ലാതായി.

എന്നാൽ എന്തോ ഉണ്ടല്ലോ. മലയിടുക്കിൽ നുഴഞ്ഞ് ഗതിമുട്ടിത്തിരിയുന്ന മോട്ടോറുകളുടെ ശബ്ദഘോഷത്തിൽ ചെക്ക്പോസ്റ്റ് പെട്ടെന്നു നിശ്ചല മായി, നിശ്ശബ്ദമായി, സ്തബ്ധമായി.

പച്ചക്കൊടി.

പച്ചക്കൊടി പറത്തിവന്ന ആദ്യത്തെ വാഹനം ഇരച്ചുവന്ന് പോസ്റ്റിൽ നിന്നു. കാത്തുനിന്നു വെറിപിടിച്ച യാത്രക്കാരിളകി. അവസാനത്തെ പുക ശ്വാസകോശങ്ങളിലേക്കൂറ്റിയെടുത്തിട്ടും തീരാത്ത സിഗരറ്റ് നിലത്തെ റിഞ്ഞ്, എറിഞ്ഞതിൻമീതെ നടന്നെത്തി കുതികാലരച്ച് അവനവന്റെ വണ്ടിയിലേക്ക്, സീറ്റിലേക്ക് അവർ മുങ്ങി. പർവ്വതത്തിന്റെ മടക്കിലൂടെ പതുക്കെപ്പതുക്കെ വളവുതിരിഞ്ഞ് ചുരത്തിലേക്കു കയറിപ്പോയ പച്ച ക്കൊടിക്കാരന്നു പിമ്പേ അനുയായികൾ ചുരംകടന്നു കൺമറഞ്ഞു പോയി.

സപ്ലൈ ഡെപ്പോവിൽ കാത്തുനിന്ന ചന്ദ്രമോഹന്നു ചെടിച്ചു.

റേഷൻ കൺവോയ് വന്നില്ല.

റേഷൻ കൺവോയ് പിമ്പേ വന്നു. പറ്റേ മൂടികെട്ടിയ ട്രക്കുകൾ മക ത്തടിയനെച്ചുറ്റി പിരിയൻകോണി കയറി വളവുകളിലൊടിഞ്ഞും കരി ങ്കല്ലുകളിലേറിയിറങ്ങിയും സപ്ലൈ ഡെപ്പോവിലേക്കിഴഞ്ഞു. അവയുടെ താർപായയിൽ പഴുതുപിടിച്ചെത്തിനോക്കി, തൂങ്ങിത്തൂങ്ങി ചന്ദ്രമോഹൻ നടന്നു.

പച്ചക്കറികൾ.

ടിൻ റേഷൻ.

റം.

കൺപോളകൾക്കു നീർക്കെട്ടി മുഖം ചീർത്ത ഡ്രൈവർമാർ താഴോട്ടി റങ്ങി ഡോറുകളാഞ്ഞടിച്ചരിശംപോക്കി. ആരോടാണരിശം? അവർക്ക റിഞ്ഞുകൂടാ. കണ്ടവരുടെ നേരെ അവർ ഇടമ്പറ നോക്കി, പോടാ പട്ടീ! ഇമരോമങ്ങളും പുരികവും നരച്ച അവരുടെ ദൃഷ്ടികളിൽ ദുർഘടംപിടി ച്ചൊരു യാത്രയുടെ ഓർമ്മകൾ ഊർന്നുമുറിഞ്ഞു. അവർ പെട്ട പാടുകളാ രായാതെ, വൈകിപ്പോയതിനാൽ പരാതിപ്പെട്ട മറയരെ പച്ചയ്ക്കുനിർത്തി അവരുടെ കഴുകാത്ത പല്ലുകൾ പുച്ഛം കുതിർത്തിരാവി.

ചന്ദ്രമോഹൻ എല്ലായിടത്തുമെത്തി. എന്തൊക്കെയാണിന്നത്തെ പച്ച ക്കറികൾ? എവിടെ മട്ടൻ?

മട്ടൻ വന്ന വണ്ടികൾ കണ്ടു. അവയ്ക്കകത്ത് ജീവനുള്ള ആടുകൾ അടങ്ങിനിന്നു. രണ്ടോ മൂന്നോ ദിവസം യാതൊന്നും ഭക്ഷിക്കാൻ കിട്ടി യില്ല. തലയ്ക്കുരുണ്ടുവീഴാൻ കൊത്തൻകല്ലുകൾ തെറിച്ചുനിൽക്കുന്ന തിഷ്ടയിലെ കൊടുമുടികൾക്കു താഴെ രക്തരൂഷിതമായ നദിയുടെ കരപിടിച്ച് പാലങ്ങളിൽ മല പകർന്ന് അരുവിക്കരകളിൽ, ചരിവുകളിൽ, പള്ളങ്ങളിൽ, ഇടുക്കുകളിൽ, തല കുത്തനെ ഇരിക്കക്കുത്തനെ പകിരി

തിരിഞ്ഞ്, പമ്പരം തിരിഞ്ഞ്, ഉലർന്നാടിത്തളർന്ന്, കുഴഞ്ഞ് ഡെപ്പോവിലെത്തിയപ്പോൾ ആടുകൾക്കു നിൽക്കാൻ വയ്യ. വീഴാനും വയ്യ. ആടിനു മതിഭ്രമം. ആടിന്ന് മരണത്തിന്റെ മത്ത്. ടെയിൽ ബോഡ് തുറന്നപ്പോൾ ആടുകളുതിർന്നുവീണു. കാൽക്കൽ വീണ ജന്തുവിനെ ക്വാർട്ടർമാസ്റ്റർ പുറംകാലിട്ടു തൊഴിച്ചു. ശവി! ആടു കരഞ്ഞു. ആടുകൾ നിലവിളിച്ചു. സപ്ലൈഡെപ്പോ സജീവമായി. കൊലക്കളംപോലെ.

ക്വാർട്ടർമാസ്റ്റർ ഇടപാടുകാരെ വിളിച്ചു.

ഗൂർക്കാ റൈഫിൾസ്.

ആറെണ്ണം. തൊണ്ണൂറ്റിമൂന്ന് കേജി.

ധൂക്കം കമ്മച്ചം. ഒരിക്കലും കൂടുതലുണ്ടായിട്ടില്ല. എല്ലാർക്കുമുണ്ട് വെറിയും തിരക്കും. ഒരുത്തനും പിശകിനിൽക്കാൻ മെനക്കെടില്ല.

ആടുകളെ ചെവിക്കു പിടിച്ച് ഗൂർക്കകൾ വലിച്ചിഴച്ചു തെളിച്ചു. ആടുകൾ പിന്നോക്കം തിരിഞ്ഞപ്പോൾ ബൂട്ടിട്ടു തൊഴിച്ചു. ആട് വീണു. കരഞ്ഞു.

സിഗ്നൽസ്.

ഇരുപത്തിനാല് കേജി, ഒന്ന്.

ചെവിക്കുപിടിച്ച് ക്വാർട്ടർ മാസ്റ്റർ വലിച്ചിട്ട ആട് താഴെ വീഴുംമുമ്പ് ചന്ദ്രമോഹൻ പിടിച്ചു. പിടിച്ചപിടിയാലെ കൈയിൽ കരുതിയ കേബിൾ കഴുത്തിലിട്ടു കുരുക്കി.

ചൽ?

ആട് കേബിളിൽ വലിഞ്ഞു.

ഇവിടെ, ഇതിലേ. നിനക്ക് ഹിന്ദി അറിയില്ലേ? മുകളിലാണ് നിന്റെ അറവ്, ചൽ.

ആട് നടന്നില്ല. അതു മണംപിടിച്ച് കൂട്ടത്തിലേക്കു തിരിഞ്ഞു. കുടുംബം! കേബിളിൽ വലിയുന്ന ഈ മൃഗം തന്നെ അവമാനിക്കുകയാണോ? നീ തിബത്തിൽ നിന്നോ വന്നത്?

പ്രവാസി!

ചന്ദ്രമോഹൻ ആടിന്നൊരു ചവിട്ടു കൊടുത്തു.

ചാഗ്!

ആട് വീണേടത്തു കിടന്നറഞ്ഞു.

ഗതികേടായല്ലോ. വെട്ടി വേവിച്ചു വെച്ചാൽ ചൂടാറുംമുമ്പ് നൂറു കിണ്ണം നിരങ്ങിവരും. ഇതിനെ കൊണ്ടുപോകാനോ? ചന്ദ്രമോഹൻ മേലോട്ടു നോക്കി. ബുക്കാരികൾ ദേവതാരങ്ങളെപ്പുകയ്ക്കുന്നു. പടവുകൾ കയറി അവൻ നിന്നു. ഒന്നുറക്കെക്കൂവാൻ തോന്നി. ആലിസഹീർ ഇറങ്ങിവരുന്നു. സഹീർ എന്തെങ്കിലും പറയുംമുമ്പ് ചന്ദ്രമോഹൻ എതിരേറ്റു.

സഹീർ മഹാഷയ്...

ഉൾനാടൻ ബഹുമതിയുടെ വെള്ളക്കൊടി കാറ്റിൽ പറത്തി ചന്ദ്രമോഹൻ ചോദിച്ചു.

കരാറെടുക്കുന്നോ?

ആടിനെയൊന്നു കൊണ്ടുപോകാമോ എന്നു ചോദിക്കാൻ തൽസ്വഭാവം. സാവകാശം കൊടുത്തില്ല. കരാറെടുക്കുന്നോ? സഹീറിന്നതു മനസ്സിലാവും. വെട്ടിവെടിപ്പാക്കി ഇറച്ചി കൊടുത്താൽ തലയും കരളുമെടുക്കാം. എന്നാൽ സഹീർ യാതൊന്നും ധരിച്ചില്ല.

പാൾ പറഞ്ഞു.

ഇരുപത്തിമൂന്നു കേജി.

ആട് ഡെപ്പോവിലേക്കു തിരിഞ്ഞു.

കണ്ടോ ദുശ്ശീലം! ആര് കൊണ്ടുപോയാലും അറത്തുതിന്നും. സിഗ്നൽസെന്നെ തിന്നാൻ പാടില്ല! മഹാഷയ്, ഒന്നു പിടിക്കൂ, ഇല്ലേ ആട് നമ്മെ കബളിപ്പിക്കും.

സഹീർ ചുമ്മാ ചോദിച്ചു.

എത്രകാലം?

ചന്ദ്രമോഹൻ ചിരിച്ചു.

എക്കാലങ്ങളിലും എന്നവർ പറഞ്ഞില്ല. അവന്റെ കൃത്രിമദന്തങ്ങളിൽ ഒരു തുള്ളി വിഷത്തിന്റെ നീലപ്പാട മിന്നി. സഹീർ ചിരിച്ചില്ല. അൽപ്പം വിഷം എല്ലാരുടെ കൊരണയിലുമുണ്ട്. കൊത്തിക്കൊല്ലാനല്ലെങ്കിൽ, ഒന്നു കൊത്തിമയക്കാൻ.

കൊത്താത്ത മനുഷ്യനേത്?

അച്ഛൻ മകനെ.

അച്ഛൻ മകളെ...

അവൻ കേബിളേറ്റുവാങ്ങി. അവന്നൊന്നു ചിരിക്കാനോ എന്തെങ്കിലുമൊന്നു പറയാനോ വയ്യ. ദേവതാരത്തിന്റെ കീഴിൽനിന്ന് ഒരു നാടകം പോലെ ആടുകളുടെ കൊലവിളിയും കശാപ്പും കണ്ടപ്പോൾ അവന്നാകെ തരിച്ചുപോയിരുന്നു.

ചന്ദ്രമോഹന് തിരക്കുണ്ട്. പച്ചക്കറികളെടുക്കണം. വൈകിച്ചെന്നാൽ തെരവായിരിക്കും ശേഷിപ്പ്. ഒരുത്തനൊറ്റയ്ക്ക് എന്തൊക്കെ ചെയ്യും? സാഹേബ് നടന്നോളൂ.

ഒരു തെറ്റു വെളുക്കാൻ ചന്ദ്രമോഹൻ ചിരിച്ചു. അടക്കിവെച്ച ജുഗുപ്സ ഓർക്കാപ്പുറത്താണ് സാഹേബിലൂടെ ചാടിയത്. മഹാശയനല്ല, സായ്‌വ്!

മുമ്പും പിമ്പുമോർക്കാൻ സഹീറിന്നു കഴിഞ്ഞില്ല. ഒരു മിണ്ടാപ്രാണിയുടെ ദുഃഖം കാണാൻ ഇപ്പോൾ അവനാലാവില്ല.

പതിനൊന്ന്

വാതിൽ തള്ളിത്തുറന്ന് ഒരേറുകൊടുത്തു. ചാർട്ടും നിർദ്ദേശങ്ങളും ഫയലും മോഡലും ചാവടിയിൽ ചിതറി. തലയണയ്ക്കടിയിൽനിന്ന് കുപ്പി യെടുത്ത് മെത്തയിലുരുട്ടിവിട്ടു. ഗ്ലാസ്സെടുത്ത് ചാവടിയിലിരുന്ന് ശ്രദ്ധ യോടെ പകർന്നു. ഒന്ന്-ഒന്നര-രണ്ട്. രണ്ട് പെഗ്ഗ് കൃത്യം. നടയിലിട്ടുപിടിച്ച് കുപ്പിയടച്ചു. ഒറ്റക്കയ്യാൽ തലയണയ്ക്കടിയിൽ കുപ്പി തള്ളി തട്ടിപ്പൊതുക്കി ഒരിറക്കു മൊത്തി രണ്ടിറക്കു മൊത്തി കൈയെത്താവുന്നിടംവരെ മെത്ത വിരി പൊതുക്കി ഗ്ലാസ്സ് വെച്ചു. അതു മറയില്ലെന്നുറപ്പുവരുത്തി ബൂട്ടു കളഴിച്ചു. സോക്സഴിച്ചെറിഞ്ഞു. മടയിലേക്കു മടക്കിവെച്ച് ഉള്ളനടി തിരുമ്മി. ഇടയ്ക്കു ഗ്ലാസ്സെത്തിപ്പിടിച്ച് ഒരിറക്കു മൊത്തി, രണ്ടിറക്കു മൊത്തി. തൃപ്തിയാവോളം തിരുമ്മിയപ്പോൾ തെല്ല് പിന്നോട്ടിരുന്നു. മുട്ടുകൾ മടക്കി കട്ടിലിൽ കയറ്റിവെച്ച ഉള്ളനടികളിൽ ഖേദപൂർവ്വം നോക്കിയിരുന്നു. കറുത്ത പാടുകളിൽ വേദനയുണ്ടോ? ഓരോ പുള്ളിക്കുത്തിലും തൊട്ടു നോക്കി. മെദുവെ മെദുവേ അഴിച്ചിട്ട ബൂട്ടുകളിൽ വെറുംകാൽ തിരുകി യെണീറ്റു. ബങ്കറിന്റെ മൂലയിൽ വിക്സ്റ്റോവിൽ തിളയ്ക്കുന്ന അലുമിനി യത്തിന്റെ വട്ടപ്പാത്രമെടുത്ത് ബാലൻസിൽ നടന്നു. പാത്രം കാൽക്കൽവെച്ച് കാലുകൾക്കാവികൊള്ളിച്ചു. ചൂടറിയുന്ന കാലുകൾ മുട്ടുകളുടെ കുഴയിൽ മേലും കീഴും പിസ്റ്റൺ ചലിച്ചു.

തുമ്പീ, തുമ്പീ! തമ്പുരാൻ കൽപ്പിച്ചു.

കല്ലെടുക്കാൻ.

വാതിൽക്കൽ നിഴലാട്ടം കണ്ടപ്പോൾ ഹരിഹരൻപിള്ളയുടെ തുറന്ന കണ്ഠം തിറമ്പി.

ആരെഡേ നമ്മഡെ ഗുഹയിൽ?

രാജൻ മറുപടി പറഞ്ഞില്ല. കയറ്റം കയറിക്കിട്ടിയ കിതപ്പിന്റെ മുഖവുര യിൽ അയാൾ നിന്നു.

ഹരിഹരൻപിള്ള പറഞ്ഞു.

ഞാനൊരു സ്റ്റീം ബാത്തെടുക്കുവാഡെ.

രാജൻ പറഞ്ഞു.

ആലിസഹീർ അവധി വേണമെന്ന് സാറിനോടു പറയും.

എഡേ, അവധി വേണമെന്ന് എന്റടുത്ത് എല്ലാരും പറയും.

സഹീറിന്നവധി കൊടുക്കണ്ട.

ഹരിഹരൻപിള്ളയ്ക്കു മേൽമീശ തിറമ്പി.

എന്നെ പോതിപ്പിക്കാൻ നീയാരെഡേ, എന്റെ ഓഡിയോ സീനിയർ ജേസിയോവോ, പെമ്പിളയോ?

രാജൻ യാതൊന്നും കേട്ടില്ല. കേട്ടെങ്കിലും ജാള്യത വിഴുങ്ങിപ്പറഞ്ഞു.

അവൻ നാട്ടിൽ പോയാൽ കൊല നടക്കും. തോമാച്ചായന്റെ കല്യാണം പോലല്ല...

രാജൻ പെട്ടെന്നു നിർത്തി. അരുതാത്തതു കടിച്ചപോലെ പല്ലിന്നിടയിൽ നാക്കു തുഴഞ്ഞു. എന്താണ് പറഞ്ഞത്? ഒരുത്തനെ കൊന്നിട്ടാണ് ആലിസഹീർ പട്ടാളത്തിൽ ചേർന്നതെന്നു പറഞ്ഞോ? തോമസ്സിന്റെ കല്യാണക്കാര്യം പറഞ്ഞ് അരങ്ങു കൊഴുപ്പിക്കുന്നതെങ്ങനെ? പക്ഷേ, ഒരുത്തന്റെ അവധി തടഞ്ഞുവെയ്ക്കാൻ തന്റെ പക്കൽ ന്യായങ്ങളില്ല. തൊടുഞായം ചെന്നായയുടെ അടവാകുന്നു. രാജൻ മറ്റൊരു കാര്യമെടുത്തു.

ഇന്നു രണ്ടാലൊന്നു നടക്കും. സിഗ്നൽസിന്റെ പിക്ക്നിക്ക്.

ത്വക്കിലെ പീരത്തിനുള്ളിൽ നഖം ഞെരടി ഹരിഹരൻപിള്ള കാലുകൾ നിവർത്തി.

നോക്കിക്കേ, എന്റെ കാലു രണ്ടും പോയോഡേ?

കുത്തുകുത്തായി രക്തമുറഞ്ഞു നീലിച്ച കാലടികൾ ചവറ്റുകൊട്ടയിലേക്കെറിയാറായ ഒപ്പുകടലാസുപോലിരുന്നു.

സേവനത്തിന്റെ സമ്പാദ്യമാഡേ, നിനക്കാ ചാർട്ടു മനസ്സിലാകുമോ? ഒന്നെടുത്തുനോക്കിക്കേ, കാൽനട, കഴുതനട സ്വാമിയേ പൊന്നമ്പലവാസനേ നടനടേ നട നട.

ഈ മനുഷ്യൻ....

രാജനൊന്നും മനസ്സിലാകുന്നില്ല. അദ്ദേഹത്തിന്റെ കാലടികളിൽ ഫ്രോസ്റ്റ് ബൈറ്റിന്റെ വിഷം തുടിച്ചുകിടക്കുന്നു. കമ്പനിയിൽ ബുക്കാരിയെരിക്കാത്ത ഒരൊറ്റ ബങ്കർ പിള്ളയുടേതാകുന്നു. തനിക്കു വയ്യ. മണ്ണെണ്ണ ജെരിക്കേർ ചുമക്കാൻ. ആരോടെങ്കിലും കൊണ്ടുവരീക്കാൻ, ഞാനെന്തെഡേ മാസ്പടി പറ്റത്തില്ലേഡേ?

അദ്ദേഹത്തിന്നൊരു കൂസലില്ല. ഓശാരത്തിന്റെ ശീലമില്ല. ചിലരൊക്കെ അങ്ങനെയുമാകാമെന്നാലോചിച്ചു നിൽക്കവെ, ഒരു നിമിഷത്തിന്റെ മൗനത്തെക്കൊന്ന് പിള്ള പറഞ്ഞു.

മന്ക്ഷന്ന് വയ്യായ്കയും വരുമെന്ന് മേലധികാരത്തി മനസ്സിലാക്കാത്തതിലാഡേ ഹരിഹരന്നു ദുരിശം. ഈ സേവുകം എന്തരു സേവുകമാഡേ?

രാജൻ യാതൊന്നും പറഞ്ഞില്ല. ഇങ്ങോട്ടു കയറിവന്നതെന്തിനാണെന്നുപോലും മറന്ന് അയാൾ നിന്നു മിഴിച്ചു.

ഹരിഹരനെയും ഹിമാലയം തളർത്തി.

പന്ത്രണ്ട്

ബ്രിഗേഡിയർ സേൻവർമ്മ പറഞ്ഞു.

റോഡ് ക്ലിയർ. ലൈറ്റ്സ് മൂവ്.

റീത പറഞ്ഞു.

ഒരുനിമിഷം. ഒരനുഭൂതി. ഒരുനിമിഷം നിൽക്കൂ.

കെട്ടിയ കുറ്റിയിൽ മൃഗം കുഴഞ്ഞു. നർത്തകരുടെ കുടൽ പിളർക്കാൻ പിരിയൻകൊമ്പു കുലുക്കുമ്പോൾ കഴുത്ത് തളങ്ങാടി. കുതികാലിൽ, പാവം കുളമ്പു മടങ്ങി വീണു. അതിന്റെ പിള്ളക്കൈ പാർത്തു കുന്തമിറക്കിയ നർത്തകർ മൃഗത്തേക്കാളുയരെ തുള്ളി.

ഓഹ്ഹെ!

ഓഹോഹൊ!

കുർക്കിരിവാർന്ന കഴുത്തിന്നെതിരെ പരന്ന ചട്ടികൾ നിറഞ്ഞു. നിറയുന്ന ചട്ടികൾ നർത്തകർക്കിടയിൽ കൈമാറിയൊഴിഞ്ഞു.

യാക്കിന്റെ വൃത്തികെട്ട ശിരസ്സിൽ ഇനിയും ചാകാത്ത വലിയ കണ്ണുകൾ ഇടവെട്ടിത്തുളുമ്പി.

ഒന്നു നോക്കൂ.

അവളുടെ വിടർന്ന കണ്ണുകളിൽ, കൃഷ്ണമണികളിൽ മരണത്തിന്റെ മധുരമുഹൂർത്തം ദീപം കൊളുത്തി. സേൻവർമ്മയ്ക്കു പാവം തോന്നി. കൊച്ചുപെണ്ണേ, നിന്റെ തല വെട്ടിവീഴുമ്പോഴും ഈ കണ്ണുകൾ മരിക്കാനിഷ്ടപ്പെടാതെ തുളുമ്പിനിൽക്കും. ദീപനാളമണയുംമുമ്പ് ആ കണ്ണുകളിൽ ആത്മാവറിഞ്ഞു ചുംബിക്കാൻ....

കൺവോയ് മകത്തടിയനെ വട്ടമിടുകയായിരുന്നു. മുന്നിലെ വണ്ടി കൺമറയുന്നു. പിന്നിലെ വണ്ടി കൺമറയുന്നു. മോട്ടോറുകളുടെ നിതാന്ത നിർഘോഷം മലയിടുക്കുകളിൽ മുട്ടിത്തിരിഞ്ഞ് വീണ്ടും പുറപ്പെട്ടേടത്തെത്തുന്നു.

താഴ്വരകൾ പുതച്ച നീലപ്പുടവകൾക്കു താഴെ കുന്നിൻമുകളിൽ കൊട്ടാരം തെളിഞ്ഞു. ഇവിടെ സുമംഗലികൾ സിന്ദൂരമണിയുന്നില്ല.

ഉവ്വോ, സെൻ?

എന്താണെന്താണ്?

ഞാൻ കൊട്ടാരത്തെക്കുറിച്ചാണോർത്തത്. ഇൻഡ്യാക്കാർ പറയും ഗാങ്ടോക്കെന്ന മലമ്പട്ടണത്തിന്റെ നെറുകയിൽ സിന്ദൂരംപോലെ.

റീതയ്ക്കു ഭാരതീയ സാഹിത്യപരിചയമുണ്ടല്ലോ.

അതാണെന്റെ സബ്ജക്റ്റ്. അവധിയെടുക്കാതെ മോണിങ് സെഷൻ കളഞ്ഞു. പ്രിൻസിപ്പൽ സമാധാനമാവശ്യപ്പെടും, തീർച്ച.

സേൻവർമ്മ സംയമനം ശീലിച്ചു. നിന്റെ സബ്ജക്റ്റ് സിക്കിം ഹിമാലയങ്ങളിലെ ഇൻഡ്യൻ സൈന്യമല്ലേ എന്ന് അദ്ദേഹം ചോദിച്ചില്ല. മനോഗതങ്ങൾ കൂടിക്കുഴഞ്ഞപ്പോൾ അവളുടെ കവിൾത്തടത്തിന്റെ സിന്ദൂരച്ചെപ്പിൽ പതുക്കെ തൊട്ട് സേൻവർമ്മ മൗഢ്യം മറച്ചു.

റീത സബ്ജക്റ്റ് തുടർന്നു.

ഇൻഡ്യയിൽ പുറവടികളിലും സിന്ദൂരക്കുറി തോണ്ടും.

റീത സ്വയം സമാധാനം പറഞ്ഞു.

ഓരോ ജനതയ്ക്കോരോ സങ്കല്പങ്ങൾ മിത്തുകൾ ടാപൂ മനുഷ്യന്ന് വർഗ്ഗബോധം ഒരൊറ്റ ജന്മവാസനയിലേ ഉള്ളൂ.

സേൻവർമ്മയ്ക്കു മനസ്സിലായില്ല. ജീപ്പ് ഇറക്കമിറങ്ങുകയായിരുന്നു. കൊട്ടാരം നോക്കെത്തുന്ന ദൂരത്തിൽ, വെയിലിൽ വെട്ടിത്തിളങ്ങി. എന്നാൽ ദൂരെ ദൂരെ. ദുഷ്പ്രാപങ്ങളായ പർവ്വതങ്ങളും അപാരങ്ങളായ താഴ്‌വരകളും കൊച്ചുദൂരത്തെ പെരുപ്പിച്ചു. നീ എന്റെ തൊട്ടടുത്തുണ്ട്. എന്നാൽ നിന്നെത്തൊടാൻ എനിക്കുവയ്യ. നിന്നെ മനസ്സിലാക്കാൻ അസാധ്യം.

റീത ഫിലാസഫിയാണോ പഠിപ്പിക്കുന്നത്?

സാഹിത്യം.

എന്താണീ ജന്മവാസനയിലെ വർഗ്ഗബോധം?

അവൾ ചിരിച്ചു. അവളുടെ മുഖത്ത് ആയിരം നക്ഷത്രങ്ങളുദിച്ച ചെങ്കനൽപ്രഭ കത്തിനിന്നു.

അറിഞ്ഞുകൂടേ? നിങ്ങൾ ഈ സൈനികസേവനത്തിൽപ്പെട്ട് മാറ്റർ ഓഫ് ഫാക്റ്റ് മനുഷ്യരാവുകയാണ്. വർഗ്ഗബോധംകൊണ്ടാണ് ഞാനിങ്ങോട്ടു പോന്നത്. ഒരു കിഴവന്റെ കൂടെ. ഞാൻ സംഗതി പറഞ്ഞേക്കാം. എന്നെ കൊട്ടാരംവരെ കൊണ്ടുവിട്ടാൽ മതി.

ഒരു വാദവിവാദത്തിനും സേൻവർമ്മ മുതിർന്നില്ല. മാറ്റർ ഓഫ് ഫാക്റ്റ്... അദ്ദേഹം ചോദിച്ചു.

എന്തേ?

കോളേജിന്റെ ഗേറ്റിൽ ആരെങ്കിലും കാണും. എന്താണിത്ര പതുക്കെ? പ്ലീസ് ഡാഷ് ഓൺ? ഇരമ്പട്ടെ മോട്ടോർ.

കുളിരു തോന്നി. സേൻവർമ്മ ഉടുപ്പുകൾക്കിടയിൽ ചുരുങ്ങിപ്പോയി. താനിത്രപെട്ടെന്നൊരു വയസ്സനായെന്നു വിശ്വസിക്കാമോ?

താഴെ ഒരു വർണ്ണത്തട്ട് അമ്മാമാടിക്കളിച്ചു. പിന്നെ വള്ളിക്കൊട്ട കാണായി. കുട്ടയെടുത്ത് മല കയറുന്ന ഹിമ്മത്സിങ്ങിന്നരികിൽ ജീപ്പ് നിന്നു.

കമാന്റർ കല്പിച്ചു.

വെച്ചേക്കൂ.

ആപ്പിൽ നിറച്ച കുട്ട ജീപ്പിലിറക്കിവെച്ച് ഹിമ്മത് സിങ് ഒതുങ്ങിനിന്നു. അവനാകെ പൊട്ടിപ്പൊരിയുകയായിരുന്നു. അതും അവൾ കൊണ്ടുപോയി.

സാഹേബിന്നുവേണ്ടി പ്രത്യേകം വരുത്തി, സപ്ലൈ ആപ്പീസർ തന്നയച്ചതായിരുന്നു.

പതിമൂന്ന്

കരയാതെ, കുട്ടി കരയാതെ.

ആലിസഹീർ ആടിനെപ്പൊതുക്കി.

ആരാണവളെ വിറ്റത്? അവൾ അമ്മയ്ക്കൊരഴകായിരുന്നു. അച്ഛൻ വിറ്റു കാണും. മകളുടെ അഴകുവിറ്റ് അച്ഛന്മാർ പുലരുന്നു, നേടുന്നു, അല്ലേ ജമീല?

ചുമടെടുക്കുന്ന പെൺകിടാങ്ങൾ വെട്ടുപാത മുറിച്ച് കയറിപ്പോയി. അവരുടെ കണങ്കാലുകളിൽ തെറിച്ച നടനത്തിനൊട്ടും ഹൃദ്യതയില്ല. അവർ അമ്മമാരാകും. ചാപിള്ളയുടെ അഴകു പ്രദർശിപ്പിച്ച് അമ്മ വഴിയിലിരുന്നിരിക്കും.

മാന്യരേ,

മഹതികളേ,

പാക്യവതികളേ,

ആടുതന്നെ ഭാഗ്യവതി! അവൾ പ്രസവിക്കില്ല. ഒരു ജന്മത്തിൽ പനിയോ നീരോ... എന്നാൽ അവന്റെ കവിഹൃദയം സ്തംഭിച്ചു. അറ്റ കണ്ഠത്തിലൂടെ ചാടുന്ന ആടിന്റെ നിലവിളി, ഒടുക്കത്തെ നിലവിളി....

അവൻ ആടിനെ വാരിയെടുത്തു. നാറുന്നുണ്ടായിരുന്നു. ഒരു ജന്മത്തിൽ... പ്രാണഭീതിയിൽ പിടഞ്ഞ സാധുജീവി പെട്ടെന്നു മിണ്ടാതായി. അവന്റെ തോളിൽ അതടങ്ങി. തന്റെ കൈകളിലൊഴുകിയ അഴുക്കിന്റെ ഊഷ്മത പെട്ടെന്നുറഞ്ഞുപോയി.

കിതച്ചും വിങ്ങിയും ലങ്കറിന്റെ മുന്നിലെത്തി ചുമടിറക്കുമ്പോൾ -

ഓ...

അത്താഴത്തിന്റെ ഇറച്ചി.

പതിനാല്

വലകത്തട്ടുകളുടെ താരാട്ടിന്നൊപ്പം രഘുനാഥ് സാപ്ടെ താളമെടുത്തു. ഹനുമാൻ. അച്ഛൻ രാമായണം വായിക്കാറുണ്ടായിരുന്നു. മഹാബലിയായ ഹനുമാൻ. അച്ഛന്റെ ദേവത ഹനുമാനായിരുന്നു.

ഇതി പവനതനയനുരചെയ്തു വാലും നിജ-
മേറ്റയുർത്തിപ്പരത്തീ കരങ്ങളും
ദശവദനപുരിയിൽ നിജഹൃദയവുമുറപ്പിച്ചു
ദക്ഷിണദിക്കുമാലോക്യ ചാടീടിനാൻ...

അച്ഛൻ പാടുന്നു. മകൻ കേട്ടു പാടുന്നു. അച്ഛൻ വിശദീകരിക്കുന്നു. അഭിനയിക്കുന്നു. മകൻ അച്ഛനിലും ഹനുമാനിലും മുഴുകി. കുന്നിൻ മുകളിൽ കയറിനിന്ന് താഴെക്കാണാവുന്ന പച്ചപ്പരപ്പിലേക്ക് കണ്ണുംനട്ടു നിൽക്കുമ്പോൾ മകന്നൊരാശ, ഹനുമാനായിരുന്നെങ്കിൽ!

സ്വപ്നങ്ങളിൽ അവൻ ഹനുമാനായുണർന്നു. പാറക്കെട്ടിൽ നിന്നുയർന്ന് പച്ചപ്പരപ്പിന്നുമീതെ പറന്നൊഴുകി. കിടക്കപ്പായയിൽ എണീറ്റിരുന്നു.

ഹനുമാനല്ലല്ലോ!

ആടിവരുന്ന പലകത്തട്ടുകളിൽ സാഹസങ്ങളുടെ ബാല്യകാലഭാവനകൾ അലയലയായെത്തി. സാപ്ടെ ആക്കമെടുത്തു. ഏക് ദോ തീൻ. അവൻ പിടിച്ച കേബിൾ താളത്തിലിണങ്ങിത്തുള്ളി. ഏക് ദോ തീ... നപ്! ആടിയെത്തിയ പലകത്തട്ടിൽ കേബിളോടെ ചാടിക്കയറി. നിവർന്നുവീഴുന്ന കേബിൾ തൂക്ക ചങ്ങലയിൽ കെട്ടി. സാപ്ടേയ്ക്ക് യാത്രപറയാൻ സഞ്ജീവറാവു ഉറക്കെ സ്മരിച്ചു.

ജയ് ബജ്റംഗ് മഹാബലി.

റോപ്പ്വേയിൽ കേബിൾ ഡ്രം ചുറ്റഴിഞ്ഞ് അഴിഞ്ഞുതീരുന്ന കേബിൾ പലകത്തട്ടിലേക്കൊഴുകി. സാപ്ടേ പിന്നോട്ടുനോക്കി ചിരിച്ചു.

എന്നോടാണോ?

മേജർ പ്രഭാകർക്ക് മുഖം ചുവന്നു.

എന്നോടോ?

ഹവിൽദാർ രാജൻ ജീവൻ മറന്നുനിന്നു.

സാപ്ടെ താമരപ്പൂവുകണ്ടു.

ഈ ചുരം - ചുരം താമരപ്പൂപോലെ, കാറ്റിൽ ചായുന്ന താമരപ്പൂപോലെ. സ്കന്ദത്തിൽ വിരിയുന്ന ദലങ്ങൾ പർവ്വതങ്ങളായി, ദലങ്ങൾക്കിടയിൽ താഴ്വരകളായി, പർവ്വതങ്ങളുടെ ദലവ്യൂഹം വിരിഞ്ചന്റെ താമരപ്പൂവായി.

മനോമുകുളത്തിൽ പുളകം.

അനാദിയിൽ, അലകടലിൽ, പ്രളയത്തിൽ.

ഒരു താമരപ്പൂ വിരിഞ്ഞു.

ആ താമരപ്പൂവിൽ മധുരബിന്ദുവായി... സ്കന്ദത്തിലുറങ്ങി, ബാല്യകാല സ്വപ്നങ്ങളുടെ സാഫല്യത്തിൽ അവനൊഴുകി.

റോപ്പ്വേയുടെ നെടുംകയറിന്നു താഴെ പാറാവുകാരൻ സല്യൂട്ടടിച്ച് സിഗ്നൽ കാണിച്ചു. റോഡ് ക്ലിയർ.

ഇരച്ചുവന്ന ചുവപ്പുകൊടി മകത്തടിയനെ പ്രദക്ഷിണംചെയ്ത് മലയിടുക്കിൽ മറയുമ്പോൾ മേജർ പ്രഭാകർക്ക് കാണാം. വീലിൽ കമാന്റർ, കമാന്ററുടെ വലത്തെ വശത്ത് ഒരു ചുവന്ന കോട്ട്.

കോട്ടിന്നു മീതെക്കണ്ട മുഖം - ആ മുഖം തീയായിരുന്നു. കണ്ണുകൾ പൊള്ളി.

നീയോ?

നിന്റെ പേര്... നീയിവിടെയും എത്തിയോ? നിന്റെ പേര് സരിത തോംസൺ.

റീത പറഞ്ഞു.

കിഴവാ, നിർത്തൂ!

കമാന്റർ പറഞ്ഞു.

ഡോണ്ട് ബി സോ സില്ലി ഡിയർ, ഇപ്പഴേ ഞാൻ വൈകീട്ടുണ്ട്.

സാൻഡ് മോഡലെന്നോ കോൺഫറൻസെന്നോ സേൻവർമ്മ പറഞ്ഞു. ഉദ്യോഗത്തിന്റെ ഉണക്കച്ചുള്ളികളിലൊട്ടും താൽപ്പര്യമില്ലാതെ റീത പറഞ്ഞു.

ഒരു മണ്ടൂസിനെക്കണ്ടോ, അതാ പോകുന്നു, പറക്കും തളികയിൽ. കുരങ്ങൻ, അവനെന്താ കിറുക്കുണ്ടോ?

അവൻ പറഞ്ഞു.

ഓരോരുത്തർക്കോരോ കിറുക്ക്.

പതിനഞ്ച്

ചന്ദ്രമോഹൻ ചാവടിക്കടിയിൽ തപ്പി. ഹാവർസാക്കെവിടെ? ബാങ്കറാകെ അവിയലായിക്കിടക്കുന്നു. തപ്പുന്നിടത്തെല്ലാം തടയുന്നുണ്ട്. തടയുന്ന തൊന്നും ഹാവർസാക്കല്ല.

സാഹേബിന്റെ വിളക്കൊന്നു തരാമോ?

ചാവടിക്കു മീതെ ഒരുകുന്നാരം സാധനങ്ങൾ ചൊരിഞ്ഞ് ഓരോന്നാ യെടുത്തു മടക്കി ആലിസഹീർ പൊട്ടൻകളിച്ചു. അവനൊന്നും പറഞ്ഞില്ല.

പാൾ പറഞ്ഞു.

കിട്ടി, കിട്ടി. സാഹേബ് മീൻകറി കൂട്ടുമോ?

ആലിസഹീർ ചാവടിയിലിരുന്ന് കിറ്റ്ലിസ്റ്റെഴുതി. എഴുതിയതെഴുതി യതെണ്ണിയെടുത്ത് മാറ്റിവെച്ചു.

ചന്ദ്രമോഹൻ സ്റ്റോവു കത്തിച്ചു. ബർണ്ണറിൽ തീപറ്റിച്ച് ഹാവർസാക്കു തുറന്നു. ടിന്നുകളും കത്തിയും മെസ്ടിന്നുമെടുത്തു. സ്റ്റോവിൽ കാറ്റടി ക്കുമ്പോൾ വായിൽ വെള്ളമൂറുകയാണ്. ഉമിനീരിന്നാണ് രുചി. മീൻകറി ക്കല്ല. വെളിച്ചം കിട്ടാൻ വാതിൽക്കലേക്കു തിരിഞ്ഞ് അവൻ രസോയി ശരിപ്പെടുത്തി. ഗ്യാസ്സിനു തീക്കൊടുത്തപ്പോൾ സ്റ്റോവു കുരച്ചു. പിന്നെ

മുരളാൻ തുടങ്ങി. നല്ല വെളിച്ചമുണ്ടായിരുന്നു. അന്നത്തെ നേട്ടങ്ങൾ പീഞ്ഞപ്പെട്ടിയിലടക്കിവെച്ചു. എല്ലാം ടിന്നുകൾ. എല്ലാം പാക്കറ്റുകൾ. പെട്ടിയിൽ തിരിച്ച അറകളിൽ ടിന്നുകളും പാക്കറ്റുകളും എണ്ണിയടുക്കി, മൊത്തം കണക്ക് മനസ്സിൽ കുറിച്ചു.

മഹേന്ദ്രസിങ് പടവുകൾ കയറി. അവന്റെ തോളിൽ പെട്രോൾ ജെരിക്കേൻ തുളുമ്പി.

ആൽഫ.

അവന്നു കൈപ്പടം നീറി, ശ്വാസം മുട്ടി. നിൽക്കാൻ തോന്നിയില്ല. ആൽഫ വിളിക്കുന്നുണ്ടാവും.

ഹൗ ഡു യു ഹിയർ മി?

ക്ലീൻ.

എന്നാൽ ക്ലീനല്ല. ആൽഫാ സെറ്റ് ചിലമ്പുന്നു. മെക്കാനിക്കിനെ വിളിക്കാൻ അവർ പടവുകൾ കയറി. നേരം വൈകി. ആൽഫ വിളിക്കുന്നുണ്ടാവും. പെട്രോൾ കിട്ടാൻ വൈകി.

ചന്ദ്രമോഹൻ മീൻടിൻ മുറിച്ചു. ഐല., വാസ്കോ പ്രൊഡക്ഷൻസ്, മാർഗോവ, ഗോവ,.

തക്കാളിടിൻ മുറിച്ചു. മധു മെയ്ഡ് ഇൻ ഇന്ത്യ.

സാഹേബ്.

അവൻ സഹീറിനെ നോക്കി. അവന്റെ കണ്ണിൽ വെറുപ്പു പൊരിഞ്ഞു. ഹിന്ദുവായതുകൊണ്ട് ചന്ദ്രമോഹൻ പാക്കിസ്ഥാനിൽനിന്നൊഴിഞ്ഞു പോന്നു. മുസ്ലീമായിട്ടും ആലി സഹീർ ഇന്ത്യയിൽ വാഴുന്നു.

ചന്ദ്രമോഹൻ വിളിച്ചു.

സാഹേബ്.

ചാവടിയിൽ ചമ്രംപടിഞ്ഞിരുന്ന് ആലി സഹീർ ലിസ്റ്റെഴുതി. എഴുതട്ടെ എന്നു ചന്ദ്രമോഹൻ നിരീച്ചു. കറി വേവും മുമ്പൊന്നും സായ്‌വ് പുറപ്പെട്ടു പോവില്ല. അവധി അനുവദിച്ചിട്ടുപോലുമില്ല. എഴുതട്ടെ. കറി വെന്താലിറങ്ങി വരും. വന്നാലൊരു പങ്ക്...

ചോദിച്ചാൽ കൊടുക്കാം.

മെസ്ടിന്നിൽ തക്കാളി തിളച്ചു. ഔശ്! തിളച്ചതിൽ മീൻ ചൊരിഞ്ഞു. മീനും തക്കാളിയും തിളയ്ക്കുമ്പോൾ പഞ്ചസാര തൂവി, ഒരു സ്പൂൺ. ഒരു സ്പൂൺ പോരാ, വില കൊടുക്കാത്ത പഞ്ചസാരയ്ക്കു മധുരം നാസ്തി. രണ്ടാമത്തെ സ്പൂൺ തൂവുകയായിരുന്നു. വാതിൽക്കൽ നിഴൽ കണ്ടു. കിതയ്ക്കുന്നുണ്ട്. ആരാനും വരുമോ, കാണുമോ? വന്നാലും കണ്ടാലും പുല്ല്. വന്നവൻ ചിറിനുണഞ്ഞ്, വന്നപോലെ പൊയ്ക്കൊള്ളും. പാൾ ധർമ്മസത്രം തുറന്നിട്ടില്ല. എന്നാലും വന്നതാരെന്നു നോക്കിപ്പോയി.

നോക്കുമ്പോൾ, ജെരിക്കേൻ മുഖത്തേക്ക്, കണ്ണുകളിലേക്ക്, തലയ്ക്കിട്ടു വീഴുന്നു. ചന്ദ്രമോഹൻ മഹേന്ദ്രസിങ്ങിനെ മുഴുവൻ കണ്ടില്ല. ജെരിക്കേൻ നിലത്തറഞ്ഞ ശബ്ദം കേട്ടു. അടപ്പു തെറിച്ച ശബ്ദം കേട്ടില്ല. തെന്നി ത്തെന്നി മഹേന്ദ്രസിങ് വീണതും ചുമരിൽ പിടിച്ചതും കണ്ടില്ല. ചീറ്റിയതു കണ്ടു. മിന്നിച്ചിതറിയാണ് വന്നത്.

കഴിഞ്ഞു.

സഹീറെണീറ്റു.

കിറ്റ്ബാഗിൽ സാധനങ്ങൾ നിറയ്ക്കാൻ, സ്റ്റോറിലേക്കൊടുക്കാൻ...

ബങ്കർ മിന്നി, പൊട്ടി, കത്തിപ്പടരുന്ന സ്റ്റോവിനു മീതെ ചന്ദ്രമോഹൻ ചാടി. മുഖം തലോടുമ്പോൾ നീറുന്നു.

പൊള്ളിയോ?

ബങ്കറിന്റെ കനത്ത ചുമരിൽ പിടിച്ച് മഹേന്ദ്രസിങ് നിന്നു. അവൻ വീണില്ല. ആൽഫ ചിലമ്പുന്നു. ബങ്കർ കത്തുന്നു. ജെരിക്കേൻ കത്തുന്നു. ജെരിക്കേനെടുക്കാൻ അവൻ മുന്നോട്ടാഞ്ഞു. അതിന്നടുത്തെങ്ങും അപ്പോൾ പോകാൻ വയ്യ.

ജരിക്കേനില്ല.

അഗ്നി.

തൊണ്ട വരണ്ടുപോയി. ആൽഫ വിളിക്കുന്നു. ഹൗ ഡു യു ഹിയർ മി? ആൽഫ ചിലമ്പുന്നു. നതിങ് ഹേഡ്. അവന്നൊച്ച പൊന്തുന്നില്ല. അഗ്നി എന്നു വിളിച്ചുകൂവാൻ വാ പിളർന്നിട്ടുണ്ട്. എവിടെയാണ് എന്റെ ശബ്ദം വരണ്ടുവറ്റുന്നത്? ശബ്ദനാളമുണങ്ങി അതേ നിൽപ്പിൽ മഹേന്ദ്രസിങ് നിന്നു. ചന്ദ്രമോഹൻ തേങ്ങുന്നു. എന്റെ മുഖമാകെ പൊള്ളിപ്പോയല്ലോ. എന്നെച്ചതിച്ചല്ലോ. എന്റെ മുഖം...

ചന്ദ്രമോഹൻ നിലവിളിച്ചതൊന്നും മഹേന്ദ്രസിങ്ങിന്നു മനസ്സിലായില്ല. അവൻ ശുദ്ധ ബംഗാളിയിൽ നിലയും വിളിയും കൂട്ടി. മഹേന്ദ്രസിങ്ങിന്നു ബംഗാളി അറിയില്ല. പഹാഠി ഹിന്ദി.. പഹാറ് പർവ്വതം. അവന്ന് ഹിന്ദി അറിയാം. പെട്ടെന്നവന്നു വാക്കു കിട്ടി.

ആഗ് ആഗ്!

പതിനാറ്

സാപ്ടെ ഒഴുകി, പറക്കുംതളികയിൽ, ശൂന്യതയിൽ, താമരപ്പൂവിലൊ ഴുകി. കേബിൾ ഡ്രം ചുറ്റഴിഞ്ഞ് ചുരുൾ നിവർന്ന് താഴ്വരയിലുതിർന്നു. സൃഷ്ടിയുടെ അഖണ്ഡപരമ്പരപോലെ ലൈനുതിർത്ത് സാപ്ടെ ഒഴുകി പ്പോയി.

ചുരത്തിലൂടെ കടന്നു വന്ന മൂടൽമഞ്ഞ് സൂര്യന്റെ ചന്ദനപ്പൊട്ടു തുടച്ച് പർവ്വതങ്ങളെത്തഴുകിത്താരാട്ടി. താഴ്വരകളിൽ പാടകെട്ടിയ പാൽ പതഞ്ഞ് പുതഞ്ഞുപൊങ്ങിപ്പറന്നു.

സാപ്ടെ പാൽക്കടലിൽ മുങ്ങി.

പലകത്തട്ടുകൾ മുങ്ങി.

റോപ്പ്വേയുടെ വാസുകി പാൽക്കടൽ കടഞ്ഞു. ജീവിതപ്രസരംപോലെ തലയ്ക്കു മുകളിൽ കേബിളിന്റെ ചലനം കാണാം. പാൽക്കടലിൽ ചലനം. ചലനത്തിൽ തിരയനങ്ങി പാൽപ്പത പുതഞ്ഞുയർന്നു. അനന്തതകളോളം പരന്നു.

ഇൻഡ്യ ... ഇൻഡ്യ എവിടെ?

തിബത്തെവിടെ?

ഹിമാലയം എവിടെ?

ഒരു പാറക്കെട്ടിൽ കയറിനിന്ന് രാജൻ പാലാഴിമഥനം കണ്ടു. എന്നാൽ, അമൃതെവിടെ?

സാപ്ടെ എവിടെ?

ഉള്ളോടുള്ളിൽ അയാൾ ആലിലയെത്തേടി.

ആലില മുങ്ങിപ്പോയി.

ഈ പ്രപഞ്ചം പാടെ ജലമായി. പ്രളയമായിരുന്നപ്പോൾ ജീവന്റെ ബീജം കൃഷ്ണനായി, ഉണ്ണിക്കണ്ണനായി, കൺമണിയായി, കൺമണിയിലെ പ്രകാശബിന്ദുവായി, ബിന്ദുവിലെ പരമാണുവായി, അരയാലിലയിൽ ഒഴുകിനടന്നു. ജീവന്റെ ചോരത്തുള്ളി പെരുവിരലിൽ മുലക്കണ്ണുചപ്പി അനന്തകാലം തീരങ്ങൾ തേടിയലഞ്ഞു.

പ്രളയം.

പ്രപഞ്ചങ്ങളുടെ അനന്തമഹാവിസ്തൃതിയിൽ, ശൂന്യതയുടെ പരാന്തര ലോകങ്ങളിൽ, അവയുടെ അപാരതകളിൽ, ആകാശങ്ങളിൽ –

പ്രളയം.

പ്രളയത്തിൽ.

ഒരാലിലയിൽ.

ജീവന്റെ ചോരത്തുള്ളി –

സാപ്ടെ?

വിശ്വം മുഴുവൻ ആ തുള്ളിയിലൊതുങ്ങി.

പ്രളയാന്ത്യത്തിൽ.

ആകാശങ്ങളിൽനിന്നും ഭൂമിയിൽനിന്നും ജലമിറങ്ങിയപ്പോൾ അരയാലില താഴ്വരയായിത്തങ്ങി ഹിമാലയമാമലയിൽ.

മുഗ്ദ്ധം. ഏകാന്തമോഹനം, ശാന്തം.

നിശ്ചലം.

കരിമ്പാറക്കെട്ടു കുലുങ്ങി.

.... നിങ്ങൾ വിടുകാവൽ നിൽക്കുന്ന ഈ പർവ്വതം നിങ്ങളുടേതല്ല.

റോപ്പ്‌വേയുടെ ലോഹരജ്ജുസ്സിടവെട്ടിനിന്നു. റോപ്പ്‌വേ സ്റ്റേഷൻ നടുങ്ങി. വാസുകിക്കെറക്കിയ പൽച്ചക്രങ്ങൾ തമ്മിൽ മൽപ്പിടിച്ചു നിന്നു.

ഗോളാന്തരവികർഷണാകർഷണമോ?

ഇതന്ത്യമാകുന്നു. ഇനി ഇവിടെ തീമഴ പെയ്യുന്നു.

സാപ്‌ടെ എവിടെ?

താഴ്വരകളുടെ ഭീകരതയിൽ, അത്യഗാധഗർത്തങ്ങളിൽ, അജ്ഞേയത യിൽ, അന്ധകാരത്തിൽ.

മരണത്തിൽ–

മണിമുഴക്കം.

ടെലഫോണിൽ മണിമുഴങ്ങി.

സാപ്‌ടെ?

ജയ് ബജ്റംഗ് മഹാബലീ.

നീയെവിടെ?

രണ്ടാം നമ്പറിൽ.

എത്തിയോ?

ഞാനല്ലേ പിന്നെ വർത്തമാനം പറയുന്നത്?

രാജൻ വിശ്വസിച്ചില്ല. തന്റെ ശബ്ദം തിരിച്ചറിഞ്ഞില്ല. താനെന്തെങ്കിലും ചോദിച്ചതായോർക്കുന്നില്ല. സാപ്‌ടെയുടെ ശബ്ദം കേട്ടു. അവൻ, റോപ്പ്‌വേയുടെ രണ്ടാം നമ്പർ സ്റ്റേഷനിലുണ്ട്. അവൻ കൊണ്ടുപോയ കേബിളിൽ ജീവന്റെ ചലനമുണ്ട്. ഉണ്ടെന്ന് രണ്ടുവട്ടം തീരുമാനിക്കാൻ രാജൻ വിളിച്ചു.

സാപ്‌ടേ?

പതിനേഴ്

തീ! തീ! തീ!

ഫയറലാറത്തിന്റെ മണിമുഴക്കം കേൾക്കായി.

മരണം.

ബങ്കറിന്റെ വാതിൽക്കൽ നിന്നു കത്തുന്ന മരണത്തിന്റെ വായിലേക്കു നോക്കി ഒരുനിമിഷം നിന്നു. പുറത്തേക്കു ചാടാൻ കുതിച്ച കുതിയിൽ

ബുക്കാരിയിൽ മുട്ടുകാൽ തട്ടി, വീണു. ആട് കരഞ്ഞുവോ? ഒട്ടും വേദനിച്ചില്ല. എണീറ്റുചെന്നപ്പോൾ അടുത്തുകൂടാ. അഗ്നി അവനെ പിന്നോട്ടുതള്ളി. സ്ലീപ്പിങ്ങ് ബാഗ് വലിച്ചെടുത്തു തല്ലി. മരണം പൊട്ടിച്ചിരിച്ചു. കത്തുന്ന സ്ലീപ്പിങ്ങ്ബാഗ് തീയിലൂടെ വലിച്ചെറിഞ്ഞു.

ഇനി ഒന്നും ഇല്ലേ?

നിശ്ചലം നിന്നു. നിന്നുകൂടാ, വേവുന്നു. ചുമരിൽ അറഞ്ഞുതല്ലി. പ്രാണന്റെ എല്ലാ ശക്തികളോടും കൂടെത്തല്ലി. കൈപ്പത്തികൾ പൊട്ടി. രക്തത്തോടെ കിടക്കയിൽ തപ്പി. റൈഫിൾ. റൈഫിളെടുത്ത് ചുമരിലിടിച്ചു. കരിങ്കല്ലിന്റെ ഭിത്തിക്കനക്കമില്ല. അതൊരു ജിന്നായി നിലകൊണ്ടു. പിടിച്ച പിടിയിൽ റൈഫിൾ പൊട്ടി.

കൈ നൊന്തു.

കത്തുന്ന റാന്തലെടുത്ത് ജിന്നിനെത്തല്ലി, വലിച്ചൊരേറുകൊടുത്തു.

ഇനി ഒന്നുമില്ലേ?

ഇതവസാനമോ?

ചിതറിക്കിടന്ന സാധനങ്ങൾ, തുണികൾ, ബാഗുകൾ, ടിന്നുകൾ - ഓരോന്നായെടുത്തെറിഞ്ഞു. കിറ്റ്ലിസ്റ്റ് ചീന്തിയെറിഞ്ഞു. സകലം ദഹിക്കട്ടെ. അവധിയും ജമീലയും അവളുടെ തന്തയും മണവാളനും ദഹിക്കട്ടെ. ചത്ത ആട് ദഹിക്കട്ടെ.

ജമീല, നീ ഒരാടായി വന്ന് എന്റെ തോളിൽ മരിച്ചു.

എന്റെ ജമീലാ നിന്റെ മണവാളനായി ഇനിയൊരിക്കലും ആലിസഹീർ വരില്ല.

ഞാൻ ദഹിക്കട്ടെ.

ഞാനോ?...

മിഴിച്ചുനിന്നുപോയി.

കുതിർന്ന പക ചൂടോടെ വിഴുങ്ങി നിറക്കണ്ണോടെ ചുമച്ചു. ചുമച്ചപ്പോൾ തന്റെതന്നെ ഒച്ച കേൾക്കായി. പിന്നെ ഒരലർച്ചയായിരുന്നു.

ആാാഗ്!

ഹരിഹരൻപിള്ളയുടെ ചെകിട്ടിൽ ആലിസഹീർ കടന്നലറി.

തൊണ്ട അടയുവോളം അലറി.

ചന്ദ്രമോഹൻ തേങ്ങിനിന്നു. ഇടിത്തീയെന്നും അവന്റെ തലയ്ക്കു വീഴുന്നു. അവനെ വിഭജനം തകർത്തു. ക്രിക്കറ്റ്ബാൾ വിരൂപനാക്കി. അവനെ മഹേന്ദ്രസിങ് വികൃതരൂപിയാക്കി. അവന്നിനി ഒരു വധുവിനെ ക്കിട്ടില്ല...

ഹരിഹരൻപിള്ള കിതച്ചില്ല. രാജൻ കിതച്ചില്ല. മഹേന്ദ്രസിങ് കിതച്ചില്ല. തിബത്തൻ കിതച്ചില്ല.

ചന്ദ്രമോഹൻ തേങ്ങിക്കിതച്ചു.

മരണത്തിന്റെ ചൂടുനാക്ക് കിടക്കകൾ തിന്നു. ചാവടിക്കടിയിലെ പീഞ്ഞപ്പെട്ടികൾ തിന്നു. പെട്ടികളിലൊളിച്ചുവെച്ച ടിന്നുകൾ - വെണ്ണ ടിന്നുകൾ, പാൽടിന്നുകൾ, റംകുപ്പികൾ, ബദാം നിറച്ചു മൂട്ടിയ കുട്ടിച്ചാക്കുകൾ - എല്ലാം തീർന്നു. ബുക്കാരിയും ബുക്കാരിയെത്തീറ്റാൻ കുത്തിനിർത്തിയ മണ്ണെണ്ണ ജെരിക്കേനും തിന്നു. എന്നിട്ടും തീയിന്നാർത്തി കത്തിക്കാളി.

അവൻ തിമർത്തുപുളച്ചെത്തി.

അഗ്നി താണ്ഡവമാടിവന്നു.

ചുമരിൽനിന്നു ചുമരിലേക്ക്, അടിയിൽനിന്നു മച്ചിലേക്ക്, മുടിയഴിച്ചാടിവരുന്ന മരണത്തിന്നു തന്നത്താൻ സമർപ്പിച്ച് ആലിസഹീർ ചുമരടച്ചുനിന്നു.

അൽ ലാഹ്!

അങ്കക്കോഴി പറന്നെത്തി. അവന്റെ നെറ്റിച്ചൂടിൽ അഗ്നിശലാകകളമർന്നു. അങ്കവാലിൽ തീയൊഴുകി. അവൻ കത്തികെട്ടിയ കാലെറിയുന്നു. ആ കത്തി സഹീറിനെ വെട്ടുന്നു.

ചുമരോടമ്പിനിന്ന് കണ്ണുകളിറുക്കിച്ചിമ്മി.

അൽ ലാഹ്!

അൽ....

വാരിവലിച്ചിട്ട ബൂട്ടുകളിൽ, ഉള്ളനടികളിൽ, വിങ്ങുന്ന വേദനയിൽ ദുരിശംകൊണ്ട് പാരയെടുത്ത് ഹരിഹരൻപിള്ള കരിങ്കല്ലുകളുടെ ഇളുമ്പിലിറക്കിത്തിക്കി. ബങ്കറിന്നകത്തലറിത്തുള്ളുന്ന മരണത്തിന്നു വെളിപാടുകൊള്ളാൻ തിബത്തൻ മേൽത്തട്ടു പൊളിച്ചു. മേൽത്തട്ടിൽ നിന്നുകൂടാ. കയറിക്കൂടാ. തിബത്തൻ കലികയറിത്തുള്ളി.

അവന്റെ മുതുകിൽ കത്തിയിറങ്ങി, കത്തിയുടെ വായ്ത്തലം മാംസങ്ങളിലൂടെ വാർന്നുവാർന്നിറങ്ങി. തണുപ്പില്ല, ചൂടില്ല, വിയർത്തുവിങ്ങി പുകഞ്ഞു.

ആത്മാവു പുകഞ്ഞു.

പുകയുടെ ഹലാഹലത്തിൽ അവൻ മയങ്ങി. അവന്നു മുകളിൽ ബങ്കർ കുലുങ്ങി. വീണോ? വീണതൊന്നും നോക്കിയില്ല. നോക്കാൻ വയ്യ. ധ്യാനിച്ചു.

സർവ്വശക്തനായ ജഗദീശ്വരാ...

പാറയിളക്കിത്തിക്കി, കരിങ്കല്ലുകൾ മറിഞ്ഞു. ചുമരിൽ തുരന്നുപൊളിച്ചു. പൊളിഞ്ഞ ചുമരിലൂടെ-

സർവ്വശക്തനായ ദൈവം അവനെ അറഞ്ഞു പൊത്തിപ്പിടിച്ചു. അവന്നു ദുഃഖമോ പശ്ചാത്താപമോ ഇല്ല. കൈകളുയർത്തി, സർവ്വഥാ കീഴടങ്ങി.

പിടികിട്ടിയ കൈകളിൽ ഹവിൽദാർ രാജൻ സഹീറിനെ പൊക്കി യെടുത്തു.

എന്തു ജീവിതം! എന്തു മരണം!

ഉയർത്തപ്പെട്ട കൈകളിൽ പൊങ്ങിപ്പൊങ്ങി പോകുന്നു. ഉരുകിയുരുകി ത്തീരുന്നു. ജലമായി, തിളവെള്ളമായി, ബാഷ്പമായി, ഊഷ്മാവായി, ഊർജ്ജമായി അവൻ ഉയർന്നുകൊണ്ടേയിരുന്നു.

ജീവിതമോ മരണമോ?

ഇതൊരു ധൂമപ്രസരമോ?

ഈ ലോകം ജീവൻ ജീവിതം ഞാൻ നീ - ധൂളിധൂസര ധൂമപടലം. അത് ശൂന്യമനന്തമകാരമുകാരം മോഹാലസ്യം.

രാത്രി

ഒന്ന്

സെവോക് റോഡിലൊരാലിൻതണലിൽ മൂടിക്കെട്ടിയ വണ്ടി കിടന്നു. അവർ വണ്ടിക്കരികിൽ മുഖത്തോടുമുഖം നിന്നു. ശിവാനന്ദന് കാരുണ്യം വഴിഞ്ഞു. സംഗതി പറ. എന്തു വേണേലും ചെയ്യാം. എവിടെ വേണേലും പോകാം. കൺവോയ് പോകട്ടെ. സ്പെഷ്യൽ പെർമിറ്റില്ലിയോ, നമുക്കൊറ്റയ്ക്കു പോകാം.

തോമസ്സിന്നൊന്നും മിണ്ടാനില്ല. സിലിഗുഡിയിൽ പൊന്നമ്മയില്ല.

ശിവാനന്ദൻ ചോദിച്ചു.

എന്തു വേണം?

ഒരു ചോദ്യം സഹിക്കാം. ഒരു മുഖഭാവം സഹിക്കാൻ വയ്യ. ശിവാനന്ദൻ തനി കാരുണ്യം. തന്റെ മുഖത്തെക്കുറിച്ച് തോമസ്സിന്നറിഞ്ഞുകൂടാ. അവൻ കരഞ്ഞില്ല, കരിഞ്ഞിട്ടുണ്ടായിരുന്നു.

അവൾ പോയി, പറയണോ?

റോഡിനു താഴെ ചതുപ്പിൽ തെരുവുപിള്ളാർ നിന്നു മിഴിച്ചു. പാവം ഫൗജീഭായി. അയാൾ ബീബിയെത്തേടി വലയുന്നു. അവരുടെ വലിയ കണ്ണുകൾ അയാളുടെ തോളിലെ റൈഫിളിൽ പാറിപ്പതറി.

ഫൗജീഭായി, ഈ ബന്ദൂക്കെന്തിനാ?

ഒരു തോക്കിൽ അവർ മരണം കണ്ടു. മരണത്തിലും കൗതുകം കൊണ്ടു. എങ്ങനെയാണ് കൊല്ലുക?

ഒരു റൈഫിൾ, ത്രി നോട്ട് ത്രി! തോമസ്സിനു തോൾ കഴച്ചു. തന്റേതായ സകല ദുരിശങ്ങളും സ്ലിങ്ങിൽ കനം തൂങ്ങുകയാണ്. റൈഫിൾ തോളിൽ നിന്നെടുത്ത് മഡ്ഗാഡിൽ കുത്തിച്ചാരി. അതൊരു പ്രേതം പോലെ- യുദ്ധത്തിന്റെ, അടിമത്തത്തിന്റെ, അവമാനത്തിന്റെ.

ഫൗജീഭായി, താങ്കളും കൊല്ലുമോ?

മുമ്പൊരു ദിവസം ഫൗജീഭായി അവരുടെ തെരുവിൽ വന്നു. അന്ന് തോക്കും പാപ്പാസുമുണ്ടായിരുന്നില്ല. ബീബിയുണ്ടായിരുന്നു. തെരുവിന്റെ അറ്റത്ത് കൂരോടു മേഞ്ഞ കുടിലിൽ അവർ രണ്ടുപേരും താമസിച്ചു. പിന്നെ ഫൗജീഭായി പുറപ്പെട്ടുപോയി. തോക്കുകൊണ്ടു തിരിച്ചുവന്നപ്പോൾ

ബീബി തെരുവിൽനിന്നും പോയി. കുട്ടികൾ പതറിപ്പതറി നിന്നു. ഫൗജീ ഭായി ബീബിയെക്കൊല്ലുമോ? അവരെക്കൊല്ലുമോ?

ആലിന്റെ നിഴൽ കിടന്നുപൊരിയുന്ന റോഡിന്റെ കൂർത്ത മുഖം നോക്കെത്താത്ത ദൂരങ്ങളിൽ കൊടുംകാടുകളിലൊളിച്ചു. കാടുകൾക്കു മേലെ പർവ്വതം മലർന്നുകിടന്നു. നഗ്നൻ, അവനാദിമനുഷ്യൻ, ലജ്ജാ ഹീനൻ. പ്രളയങ്ങളിൽ, ഒരു പെട്ടകം മലയിൽ തങ്ങി. ഭൂമിയെത്തേടി ഒരു മാടപ്രാവു വരുന്നു. അതിന്റെ ചിറകുകൾ തോമസ്സിന്റെ മാറിൽ തല്ലി. അച്ചായാ, ഒന്നു വരൂ. ചത്ത യുദ്ധം പുതഞ്ഞുകിടന്ന മലകളിൽ കാണാ ച്ചങ്ങല പേറി അവൻ അവധിയിരന്നു നടന്നു. അൺടിൽ ഫർദറോഡർ ലീവില്ല! എനിക്കു കാണാൻ കൊതിയാവുന്നു. അച്ചായാ പെട്ടെന്നു വരൂ. മലയിൽ മഞ്ഞ്, റോഡിൽ മഞ്ഞ്, കോട്ട്പർക്കയുടെ പാക്കറ്റിൽ എഴുത്തു കളെല്ലാം ഭദ്രം. ഞാനൊരു പെങ്കൊച്ച്, ഏകാകിനി, മനസ്സിങ്കൽ ഒരു പ്രളയ മലതല്ലുന്നു. നോഹയുടെ പെട്ടകം എവിടെ?

.....ഓർക്കുമ്പോൾ, തോമസ്സിനു നിൽക്കാൻ വയ്യ. ഡോർ വലിച്ചടച്ച് അവൻ സീറ്റിൽ കയറിയിരുന്നു. തൊട്ടുണർത്തിയ മോട്ടോറിൽ റേസു കൊടുത്ത് ശബ്ദപ്രളയം സൃഷ്ടിച്ചു. മോട്ടോർ ചീറിയലച്ച് ബോഡി വിറച്ച്, ബോണറ്റ് തിറമ്പി, മഡ്ഗാഡിളകി, റൈഫിൾ വീണു. റൈഫിൾ വീണത് ശിവാനന്ദൻ കണ്ടു. പ്രളയത്തിൽ താനേ മുങ്ങി ലോകം മുക്കി തന്നെ കൊല്ലുമ്പോൾ, ഗിയർ തട്ടി ക്ലച്ചിൽനിന്നു കാൽ പൊക്കി. വണ്ടി ഒറ്റച്ചാട്ടം. കൈകൾ പൊക്കി ശിവാനന്ദനലറി.

റൈ...

കുട്ടികളോടിയൊളിച്ചു.

മെഷീൻ നിന്ന് വണ്ടി നിന്ന് തോമസ്സിരുന്നു വിയർത്തു.

ശിവാനന്ദൻ ചോദിച്ചു.

നിനക്കു വട്ടാണോ?

കൈയടിച്ച് കുട്ടികളാർത്തു.

റൈഫിളെടുത്ത് ശിവാനന്ദൻ വണ്ടിയിൽ കയറി. നെറ്റിയിലെ വിയർപ്പ് തുടച്ച് തോമസ് പറഞ്ഞു.

പൂവാം.

ശിവാനന്ദൻ ചോദിച്ചു.

വണ്ടി ഞാനോടിക്കണോ?

എന്തിന്?

മനഃപ്രയാസമൊണ്ടെങ്കി....

തോമസ് ഒന്നു നോക്കി. യാതൊന്നും പറഞ്ഞില്ല. വഴിനീളെ അവർ യാതൊന്നും പറഞ്ഞില്ല. കൊടുംകാടുകളിൽ കടന്ന് വൺടണ്ണറോടിക്കിതച്ചു.

സെവോക്കിന്റെ വിശാലസമതലങ്ങളിൽ വെളിപാടുകൊള്ളുന്ന തിഷ്ട മലയിടുക്കുകളിൽ തൊഴിച്ച് സന്താപം തീർത്തു. മുറ്റിനിൽക്കുന്ന മനസ്സൊന്നൊഴിയണോ, വർത്തമാനം പറയണം.

പൊന്നമ്മ....

അവൾക്ക് അപ്പനുമില്ല, അമ്മയുമില്ല. വകയിലൊരു ചിറ്റപ്പൻ അവളെ വളർത്തി. അയാൾ വിവാഹപരസ്യം കണ്ടു. സ്ത്രീധനം പ്രശ്നമല്ല. പുളിങ്കൊമ്പിൽ ചിറ്റപ്പൻ പിടിച്ചു. പത്രമാപ്പീസിൽ തിരക്കി മേൽവിലാസമെടുത്ത് ചിറ്റപ്പൻ തോമസ്സിന്നെഴുതി. അവധിയെടുത്ത് തോമസ് പെണ്ണുകാണാൻ ചെന്നു.

അണ്ണനറിഞ്ഞുകൂടായോ, വിവാഹത്തിന്നാണെന്നും പറഞ്ഞ് അവധീപ്പോയത്?

ഒതുക്കമുള്ളൊരു കൊച്ചു കെട്ടിടം. അതിന്റെ വാതിൽക്കൽ, കർത്താവിനു സ്തുതി, പുത്തൻചുമരിൽ വിശുദ്ധരെ ചില്ലിട്ട പടങ്ങൾ പലതരം. കാപ്പിക്ക് പൊന്നമ്മയെ നേരിൽ കണ്ടു. ഇവൾ എന്റെ പെമ്പിള എന്നു നാലുപേരുടെ മുന്നിൽ നിൽക്കാൻ മതി. അവന്ന് മനസ്സമതം. വിളിച്ചും ചൊല്ലി. എല്ലാം ഡബിൾറോളിൽ കലാശിച്ചു. കെട്ടു കഴിഞ്ഞു. വിരുന്നും. വിരുന്നുകാരുടെ കൂടെ ചിറ്റപ്പൻ എന്ന സ്വന്തക്കാരനിറങ്ങി. പോയ്‌വരാം കുഞ്ഞേ. നിങ്ങ സുകമായിരി. ചിറ്റപ്പൻ എന്തേ പറഞ്ഞുപോയതെന്നാലോചിച്ചിരിക്കവേ വന്നുകയറിയ പുള്ളിക്കാരൻ വീട്ടുടമയായിരുന്നു.

ഒടനെ വീടൊഴിയണം.

തോമസ്സിനെന്തു മനസ്സിലാകും? അതു മനസ്സിലാക്കീട്ടുതന്നെയാവും, പുള്ളിക്കാരൻ പറഞ്ഞു.

കെട്ടു കഴിയുംവരെ താമസിക്കാനാണ് പൊന്നമ്മേടെ ചിറ്റപ്പൻ കെട്ടിടമെടുത്തത്.

തോമസ്സിനു മനസ്സിലായി, അവൻ സങ്കടമുണർത്തിച്ചു.

അവധി തീരുംവരെ താമസിക്കണമായിരുന്നു.

വീട്ടുടമ പറഞ്ഞു.

കുഞ്ഞേ, അതു നിന്റെ ബുദ്ധി. എന്റെ ബുദ്ധിമോശം പറയുന്നത്, എറിഞ്ഞ രൂപായുടെ പലിശ കാലാകാലം വരണം. പത്തുവർഷം വാടക മുടങ്ങാതെ തന്നേച്ച് നിങ്ങൾ വാടകദായകസംഘം സത്യവാങ്മൂലമയയ്ക്കും, കെട്ടിടത്തിന്റെ മുതലും പലിശയും തവണകളായൊടുക്കിയതിനാൽ ഈ കെട്ടിടം വാടകക്കാരൻ തൊമ്മിക്കുഞ്ഞിന്റെ ജന്മായത്തമായെന്ന്. ഈയൊരായത്തത്തിന് എന്റെ തൊമ്മിക്കുഞ്ഞേ, ഈച്ചാടി കോശിയെ കിട്ടത്തില്ല. കോശിയൊരു ചക്ക പൊളിച്ചാൽ അതിന്റെ തേൻ ഈച്ചയ്ക്കു കൊടുക്കത്തില്ല. എന്റെ പേര്, എന്റെ സൊപാവം അതൊന്നും കുഞ്ഞറിയണ്ട. കോശിക്കും വിടതിക്കാർ, അടിയന്തിരക്കാർ മാത്രം.

പൊന്നമ്മേഡെ കാര്യമല്ലിയോ, മനസ്സില്ലാണ്ടും ഞാനങ്ങു സമ്മതിച്ചു പോയി. ഒരാഴ്ച, രണ്ടാഴ്ച, കെട്ടുകഴിയും വരെ. അവക്കുവേണ്ടി അതേലും ചെയ്യണം. കുഞ്ഞേ, അനാഥരേയും, അശരണരേയും സ്നേഹിക്കണമെന്നല്ലിയോ മിശിഹായുടെ തിരുവചനം.

പൊന്നമ്മേ, ഇതു നിന്റെ വീടല്ലാരുന്നോ?

അച്ചായാ.

നിന്റെ ചിറ്റപ്പൻ എന്നെ കളിപ്പിച്ചു.

അച്ചായനല്ലാതെ എനിക്കാരുമില്ല.

അച്ചായൻ! തൊഴിക്കാൻ കാലോങ്ങി.

എന്റെ അച്ചായാ.

ഇക്കിളി തോന്നി. ചൂടുള്ള ബിന്ദുക്കൾ പുറവടിയിൽ വിങ്ങി. പൊന്നമ്മ കാൽക്കൽ കിടന്നു തേങ്ങി. ആ തേങ്ങലിലൂടെ താനിന്നേവരെ കണ്ടെത്താത്ത ഒരു ലോകം അവനെത്തേടി വന്നു. ഹൃദയം മുറ്റി, നെഞ്ചുമുറ്റി തോമസ് വിളിച്ചു.

കർത്താവേ!

സ്നേഹത്തോടെ എന്നെയൊന്നു നോക്കാനും എനിക്കാഹാരം നൽകാനും സന്മനസ്സുള്ളൊരു കന്യകയെ നീയെനിക്കു നേടിത്തന്നു. എല്ലാ പാപങ്ങളുടേയും വാഹകനായ നീ എന്നെ പൊറുക്കേണമേ! എല്ലാ പാപങ്ങളുടേയും അത്താണിയായോനേ, എന്റെ കർത്താവേ, നിന്റെ തിരുനാമത്തിൽ, ഇവൾ എന്റെ പെമ്പിള, ആഴമുള്ളൊരു മനസ്സിന്റെ നീലകാചങ്ങൾ തുളുമ്പുന്ന അവളുടെ മുഖം അവന്റെ കണ്ണുകളിൽ നിറഞ്ഞു. വിവാഹം സ്വർഗ്ഗത്തിൽ നടക്കുന്നു. അവൻ ഉയിർക്കുകയായിരുന്നു. ആ മുഖം കൈകളിലേന്തി അവൻ തന്റെ ദാഹം തീർത്തു. പൊന്നമ്മേ, നമുക്കിറങ്ങാം. സിലിഗുഡിയിലോളം അവളെ കൊണ്ടുവന്നു. ഇനിയങ്ങോട്ടു പൊയ്ക്കൂടാ. സെവോക് റോഡിന്നു താഴെ ചതപ്പുനിലങ്ങളിൽ കൂരോടുമേഞ്ഞ കുടിലുകളുടെ ലാൽബസ്തിയിൽ വാടകയ്ക്കു കിട്ടിയ കുടിലിൽ അവർ താമസിച്ചു. അയൽക്കാരെല്ലാം നിത്യത്തൊഴിൽക്കാർ, തൊഴിലില്ലാത്തവർ, ചൂളത്തൊഴിലാളികൾ, നേപ്പാളികൾ, നല്ലവർ. അവരിലൊരു പെൻഷണർ, ഹവിൽദാർ ബിഷ്ട്, സത്യപ്രകാശ് ബിഷ്ട്. തന്റെയെല്ലാ ഗതികേടുകളും അവനോടു തോമസ് പറഞ്ഞു. സത്യപ്രകാശ് ഗോത്രമാഹാത്മ്യം പാടിയപ്പോൾ തോമസ് സത്യവേദപുസ്തകം തുറന്നുകണ്ടു. ബിഷ്ട് വിശിഷ്ടാദ്വൈതത്തിന്റെ ചുരുക്കെഴുത്താകുന്നു. അവന്റെ ഗോത്രം ആദിശങ്കരന്റെ വിനീതാനുയായികളാകുന്നു. നോക്കൂ എന്റെ ജന്മദേശം ഗഢ്വാൾ കുന്നുകളിലാണെങ്കിലും എന്റെ ഗോത്രം ആദികേരളത്തിൽനിന്ന് ഉയിർത്തു വന്നിരിക്കുന്നു. പ്രിയപ്പെട്ട തോമസ്, ഞാനും നിങ്ങളും ഒന്നാകുന്നു. ഒരേ ബ്രഹ്മത്തിന്റെ രണ്ടിടത്തു പിറന്ന സന്തതികൾ.

സ്വർഗ്ഗസ്ഥനായ പിതാവേ!

ബിഷ്ടിന്റെ കുടുംബവുമായി പൊന്നമ്മയിണങ്ങി. പൊന്നമ്മയ്ക്കു ധൈര്യം കിട്ടാൻ അവനേറെ വമ്പുകൾ പറഞ്ഞു. മാരീഡായവരെ ഫീൽഡിൽ വെക്കത്തില്ല. ഒടനെ മാറ്റം കിട്ടും. തിരുവനന്തപുരത്തല്ലിയോ പാളയം? നമുക്കൊടനെ പോകാം. അവധി തീരും വരെ അവനെത്രയോ കൊതിപ്പാട്ടുപാടി. അവളൊരു മായാലോകത്തിൽ. ചോറും കറിയും ബിഷ്ടിന്റെ കുട്ടികൾ വാങ്ങിക്കൊണ്ടുവരും. അവർക്കവൾ ദീദി. തെരുവിൽ ഫൗജീഭായിയുടെ ബീവി. അവൻ പോയേ തീരൂ. പോയില്ലേൽ വിലങ്ങു വെയ്ക്കാൻ മിലിറ്ററി പോലീസു വരും. ഒടനെ ഞാനിങ്ങു വരത്തില്ലിയോ? സത്യപ്രകാശ് ബിഷ്ട് വന്നു. അയാളുടെ കിഴവി പറഞ്ഞു: പൂനമ്മാ, ഈ കുങ്കുമമണിയിച്ചു യാത്രയയ്ക്കണം. അവൾക്ക് പൊന്നമ്മയെന്നു പറയാനറിഞ്ഞുകൂടാ. പൂർണ്ണിമ എന്നുച്ചരിക്കാനറിഞ്ഞുകൂടാ. പൂർണ്ണിമ, പൂനം, പൂനമ്മ, പൂനമ്മാ, കാലാകാലമായി നാം പാലിക്കുന്ന ഒരാചാരമാണിത്. വധു തൊട്ട കുങ്കുമം ജവാന്റെ യുദ്ധമുദ്രയാകുന്നു. അയാൾ നമ്മുടെ മാനം കാക്കാൻ പോകുന്നു. അമ്മ പെങ്ങന്മാരെത്തീണ്ടാൻ പടയിറക്കുന്ന യവനരെ നമ്മുടെ ജവാൻ തലയെടുത്തുവിടട്ടെ? വധൂ, നിനക്കഭിമാനമില്ലേ? വെന്നിക്കൊടി പറത്തി അയാൾ തിരിച്ചുവരട്ടെ.

അണ്ണനറിഞ്ഞുകൂടായോ, ഞാനെങ്ങനെ വരാൻ? കിട്ടിയ ചാൻസിന്ന് ഞാൻ വന്നു. അവൾ പോയി. ഹവിൽദാർ ബിഷ്ടും പോയി.

നീരൊഴുക്കുകളോ താഴ്വരകളോ ശിവാനന്ദൻ കണ്ടില്ല, കേൾക്കുന്നുണ്ട്. വണ്ടിയുടെ ഗതിവിഗതികളറിയുന്നില്ല. മോട്ടോറിന്റെ നിതാന്ത നാദം കേട്ടില്ല.

അപ്പനില്ല, അമ്മയുമില്ല.

രണ്ടുപേരും തോമസിനുണ്ട്. അവർ ജീവിച്ചിരിക്കുമ്പോഴാണ് പരസ്യം കൊടുത്തു തോമസ് വധുവിനെ ആരാഞ്ഞെടുത്തത്. അതൊന്നും ശിവാനന്ദൻ പറഞ്ഞില്ല. അയാൾ ചോദിച്ചു.

അച്ചായോ, വണ്ടി ഞാനെടുക്കണോ?

തോമസ് പറഞ്ഞു.

അവൾ പോയെങ്കിൽ പോട്ട്. വണ്ടി ഞാന്തന്നെ കൊണ്ടുപോകാം.

രണ്ട്

ഒരു കെട്ടിടമെടുപ്പിച്ച് തന്റേതായൊരു ഭവനത്തിലേക്കു മാത്രമേ ശിവാനന്ദൻ കല്യാണം കഴിച്ചുകൊണ്ടുവരികയുള്ളൂ. കെട്ടിടത്തിന്റെ ചതുരത്തിൽ മുഴുകി വഴി മറന്ന്, വണ്ടി മറന്ന് അയാൾ തന്റെ മനസ്സിൽ മുങ്ങി.

വഴിനീളെ കാടുകൾ, എന്തെന്തു മരങ്ങൾ, തടികൾ.

ഒന്നിന്റേയും പേരറിഞ്ഞുകൂടാ.

ദേവതാരമറിയാം.

ശിവന്നാസ്ഥാനം കൈലാസം. ശിവാനന്ദന്റെ ഭവനം കൈലാസം. അതിന്റെ ഭംഗികൾ ചതുരങ്ങൾ വർണ്ണവിതാനങ്ങൾ. അത് ഹിമാലയത്തിലെ നേട്ടം തേട്ടം, ഹിമശിഖരങ്ങളിലൊരു കഷണം. അതിന്റെ കളർ വെള്ള, തൂവെള്ള. അതിൽ നിലാവു ചാന്തെഴുതും. അതിന്റെ തൂണുകൾ, പോർട്ടിക്കോവിൽ തൂണുകൾ കണ്ടാൽ കനകംപോലെ, ആ കനകത്തിനു സുഗന്ധം. കൈലാസത്തിൽ ദേവതാരത്തിന്റെ സുഗന്ധം. കട്ടിള ജനലുകളെല്ലാം, ദേവതാരം. മുഴുത്തടികൾ കടഞ്ഞെടുത്ത തൂണുകളിൽ, വെണ്ണക്കല്ലു പതക്കം ചാർത്തിയ പോർട്ടിക്കോവിൽ, ഡ്രോയിങ് റൂമിൽ, ബാത്തുകളിൽ, സുഗന്ധം. അതിന്നൊരു വാഗൺ തടികൾ ശിവാനന്ദൻ പാളയത്തിറക്കും. അതിന്റെ കരുക്കൾ നീക്കാൻ, കരു നീങ്ങുകയല്ല, ഒഴുകും. റേഷൻ റമ്മിലൊഴുക്കും. റെയിൽവേ ബാബു ചിറി നുണയും. ഏലത്തിന്റെ സുഗന്ധം തേനിന്റെ മധുരം, ലഹരി എവിടന്നൊത്തു?

അതൊന്നും ബാബുജി ചോദിക്കരുത്. ഒരു കമ്പനിയുടെ റേഷൻ എന്റെ കൈകളിലൂടെ ചോരുന്നു. ഒരു വാഗൺ ദേവതാരത്തടികൾ ചോർന്നു കിട്ടണം. ഫ്രം സെൽഫ് റ്റു സെൽഫ്, പാളയം, തിരുവനന്തപുരം.

തടിവാഗൺ ഡീസൽവണ്ടികളിലോടും.

ഞാനിനിയും സിലിഗുഡിയിൽ വരും. കമ്പനി ക്വാർട്ടർമാസ്റ്റർ മാസത്തിലൊരു തടവെങ്കിലും ഓർഡനൻസ് ഡെപ്പോവിൽ വന്നുപോകണം. സ്റ്റോർ കളക്ഷൻ, കാടുകളിൽ തടി കളക്ഷൻ.

വൺ ടണ്ണറിന്റെ വീലിൽ തോമസ് ഗമ്മെന്നിരുന്നു. അവനൊരു പ്രേതം. ജീവിച്ചിരിക്കവേ മരിക്കുന്നു. ശിവാനന്ദൻ ശവത്തെ തുള്ളിക്കുന്നു. ഒരു വീടുപോലുമില്ലാത്തവൻ കല്യാണം ചെയ്തു! ചിരിക്കാമോ? ഒരു വാഗൺ തടികൾ, ഒരു പട്ടി അറിയില്ല. തോമസ്സിനെത്തമ്പോലിച്ചേ സംഗതി നടക്കുകയുള്ളൂ. ശിവന്നാസ്ഥാനം കൈലാസം. ശിവാനന്ദന്റെ ഭവനം കൈലാസം. വഴിനീളെ കാടുകൾ കണ്ട്, അട്ടിയിട്ട തടികൾ കണ്ട് അയാൾ കൊതികൊണ്ടു. എന്നാലന്തിമയങ്ങുന്നു. തടികളുടെ നെടുംതൂണുകളിൽ ഇരുട്ടിന്റെ വാർപ്പിറങ്ങിക്കനത്തു. തൂണുകളും തടികളും മങ്ങി. കാണെക്കാണെ ഇരുളിലലിഞ്ഞ്, അന്ധകാരത്തിലൊരു ഖനി തുരന്ന് വൺടണ്ണർ സഞ്ചരിച്ചു.

ഗാങ്ടോക്കിനു താഴെ വയലുകളുടെ ഗ്യാലറികളിൽ തിരിക്കുതിര കയറുമ്പോൾ ശിവാനന്ദൻ മനുഷ്യജീവിതത്തെക്കുറിച്ചോർത്തു. മനുഷ്യജീവിതമൊന്നുമല്ല. അന്യനെക്കുറിച്ചെന്തെങ്കിലുമാലോചിക്കുന്ന ശീലമയാൾക്കില്ലല്ലോ. ഒരു യാത്ര മുഴുക്കെ കെട്ടിടത്തെക്കുറിച്ചാണോർത്തത്. കെട്ടിടത്തിന്റെ ചതുരങ്ങൾ ഇരുട്ടിൽ മുങ്ങിപ്പോയി. വയലുകളിൽ

കൊയ്ത്തുകഴിഞ്ഞിട്ടുണ്ടായിരുന്നു. മനുഷ്യൻ മൂഢൻ, വിതയ്ക്കുന്നു, കൊയ്യുന്നു, തിന്നുന്നു, ചാവുന്നു. എന്തിനു മനുഷ്യനെ പറയുന്നു? എത്ര കൊടുത്തിട്ടും തിന്നിട്ടും ഭൂമിക്കു മടുപ്പില്ല. തന്റെ അനശ്വരമായ വിളവുകൾ മനുഷ്യനു കൊടുത്തിട്ടും കാലാകാലം അതേ മനുഷ്യന്റെ ശവം ഭക്ഷിച്ചിട്ടും എന്നാണവളുയാളോർത്തത്. അവളൊരുമായ, മഹാകാളി. ഒരുകാലത്തും താനൊരു കർഷകനാവില്ല. കർഷകൻ നേടുന്നില്ല, അവനു നേടാനറിഞ്ഞുകൂടാ. വിതച്ചു, കൊയ്തു, തിന്നു, ചത്തു. അവനൊരു നേട്ടവുമില്ല. നേടാൻ പരുവമില്ല. അവൻ കഴിഞ്ഞുപോകും. അവനെപ്പുലർത്തിപ്പോന്ന ഭൂമി അവനെത്തിന്നും. താനെന്നെങ്കിലും മരിച്ചുപോകുമെന്നു ശിവാനന്ദനോർക്കുന്നില്ല.

ശിവാനന്ദൻ നേടും.

നെൽവയലുകൾക്കു മേലെ മുളംകാടുകളെതിരിടുന്ന റോഡിനു താഴെ തിബത്തരും പന്നികളും താവളമടിച്ചു കൂടി. മനുഷ്യരെക്കാളേറെ മൃഗങ്ങൾ, റോഡിനു മീതെ റോഡുകൾ, റോഡിൽ തെരുവുകൾ, റോഡും തെരുവുകളും നിർമ്മിച്ച ഗ്യാലറികളിൽ ഓരോ തിരിവിലും പരസ്യപ്പലകയിലെ കറുത്ത വൃത്തത്തിൽ ചൊകന്ന തെറ്റടയാളം കത്തിരപ്പൂട്ടിട്ടു. പ്രവേശനനിഷേധത്തിന്റെ പരസ്യത്തിനു മുകളിൽ അന്തിവിളക്കെരിഞ്ഞു. അതിന്റെ നാളം മാടിവിളിച്ചു. വരൂ വരൂ വരൂ...

മനുഷ്യൻ എന്തുകൊണ്ടഭയാർത്ഥികളാകുന്നു?

എത്രയോ കാലമായി ശിവാനന്ദൻ കേൾക്കുന്നു. അഭയാർത്ഥികൾക്ക് നിലവിളക്കും നിറപറയും വെച്ച് വരവേൽപ്പ്. എത്തിയേടത്തിട്ട് ഈ ഇരപ്പാളികളെ കാച്ചണം. അവർക്ക് ചാകാൻ പേടി. രോഗമതാകുന്നു. രോഗത്തിനു ചികിത്സിക്കപ്പെടാതെ അവർ ലാളിക്കപ്പെടുന്നു.

വരൂ വരൂ വരൂ.

വൺടണ്ണർ വളവു തിരിയുകയായിരുന്നു. മുകളിൽ തെരുവുവിളക്കുകളുടെ മിന്നലാട്ടം കണ്ണിൽപ്പെട്ടു മറഞ്ഞു. ഗാങ്ടോക് ഒളിച്ചുകളിക്കുകയാണ്. ഹെഡ്‌ലൈറ്റിന്റെ വജ്രദീപ്തിയിൽ പിളർന്നു പിടയുന്ന റോഡിൽ എന്തുകൊണ്ടിടിവെട്ടിന്റെ ഗർജ്ജനം കേൾക്കുന്നില്ല? ഒരു മെഷീൻഗൺ. ശിവാനന്ദൻ റൈഫിൾ തപ്പി. അതിന്റെ പൊട്ടിപ്പോയ ബോൾട്ടിനെക്കുറിച്ചോർത്ത് അയാളൊച്ചയെടുത്തു. ടടടടർ.... റൈഫിളിന്നുമീതെ മനഃപൂർവ്വം വണ്ടി കയറ്റിയതല്ലേ? ഒരു കോർട്ട് മാർഷലിൽപ്പെട്ട് ജയിലിൽ കയറി സർവ്വീസിൽനിന്നു രക്ഷപ്പെടാം. ആത്മഹത്യയാവാം. തന്നത്താനോടിക്കുന്ന വണ്ടിക്കു കീഴിൽ കുടുങ്ങി മരിക്കാമോ? എന്റേ കുഞ്ഞേ, തോമാച്ചാ, നിന്റെ പൂതി നടപ്പില്ല. ശിവാനന്ദന്നു സാധിക്കും.

അയാൾ കയറ്റങ്ങളെക്കുറിച്ചോർക്കുകയായിരുന്നു. വണ്ടിക്കു കീഴിൽ കുടുങ്ങാമല്ലോ. കയറ്റം കയറുന്ന വണ്ടി റിവേഴ്സിലിട്ട് റോഡിലിറങ്ങി ചക്രത്തിന്നു കഴുത്തുവെയ്ക്കാം. വാഴക്കഴുത്തു ചതയുംപോലെ.

അയാൾക്കറച്ചു. കൈകൾ കൂട്ടിത്തിരുമ്മി ശിവാനന്ദൻ തോമസ്സിനെ നോക്കി. എഡേ, നിനക്കു ചാകണോ? അവന്റെ കഴുത്തു ഞെരിക്കുന്ന മുഷ്ടിയോട് ശിവാനന്ദൻ പറഞ്ഞു. ഒന്നു തീരുമാനിച്ചാൽ മൂന്നുതരം. ഒരു പട്ടി അറിയില്ല.

വൺ ടണ്ണർ ഒരു തിരിക്കുതിര. പർവ്വതങ്ങൾ ഒരു തിരശ്ശീല മാറ്റുമ്പോൾ രംഗങ്ങളപ്പപ്പോൾ പകരുന്നു. എല്ലാ മിന്നലിന്നും ഇടിവെട്ടുകേൾക്കില്ല. മിന്നൽ പിളർന്നു പിടഞ്ഞതു ദൂരെ, ദൂരെ.

അയാൾ ഡെൻസോങ്ങ് സിനിമ തിരഞ്ഞുപിടിക്കുകയായിരുന്നു. ഓരോ തിരിവിലും ചെരിഞ്ഞുചെരിഞ്ഞുനോക്കി. സിനിമയെന്ന് ഗോമ്പ ഉച്ചരിച്ചില്ലെന്നയാളോർത്തു. സിനിമ. സിനിമയുടെ തെരിവിൽനിന്നു മുന്നോട്ടു വന്നാൽ, മാർവാഡിത്തെരുവിന്നു താഴെ നിലംപതി. നിലംപതി കടന്നാലുടനെ വണ്ടി നിർത്തണം. അതടയാളമായിരുന്നു. ഒരു കുറ്റിതറമാനത്തിൽ വിശ്വകർമ്മാവു നാട്ടിയ കുറ്റി ഓർമ്മത്തെറ്റിന്റെ ചിതലിൽ ദ്രവിച്ചുപോയാൽ കൈലാസം വാർക്കാനാവില്ല.

നിർത്ത്.

വജ്രദീപ്തിയിൽ നിലാവു ചിന്തിയടർന്നു. മുന്നിൽ തിരിവിൽ കഥകളി. കഥകളിയെന്നു ശിവാനന്ദൻ ധരിച്ചു. ദി മൗണ്ടൻ ക്യൂൻ ആന്റ് റെസ്റ്റോറന്റ്. മേൽവിലാസം മുഴുവൻ വായിച്ചില്ല.

പിന്നിൽ സിനിമ.

സിനിമയുടെ വർണ്ണശബളമായ സുകുമാരകളേബരം മധുരനാദ നിനാദ മുഖരിതം.

സിനിമ കാണാൻ വന്ന ഒരു പാർട്ടിയുടെ വണ്ടിയാണെന്നു ധരിച്ചോട്ടെ.

താഴത്തിറങ്ങി ഹെവി ബ്യൂട്ടുകളിൽ ഇക്കിളിപ്പെട്ട കുളിരൊഴുക്കിന്റെ കള്ളച്ചിരി തെക്കി അക്കരപ്പറ്റി ശിവാനന്ദൻ നിന്നു. ഗിരിറാണിയുടെ ഫാലസ്ഥലിയിൽ നിയോൺ ദീപങ്ങൾ ആനയും പാപ്പാനും കാണിക്കുന്ന കള്ളക്കളിക്കിടയിൽ മേൽവിലാസം മുഴുവൻ വായിച്ചു. ടൂറിസ്റ്റുഹോം ഡേ ആന്റ് നൈറ്റ് ബാർ. ഫൺ കാർഡ്സ് ഡാൻസ്. എന്നിട്ടും കഥകളിയെന്നേ ശിവാനന്ദൻ ധരിച്ചുള്ളൂ.

തോമാച്ചൻ സിനിമ കാണുന്നോ, കഥകളിക്കുപോകുന്നോ?

വണ്ടി ഇവിടെ നിർത്താമോ?

മതിലോടു ചേർത്തു നിർത്തിക്കോ.

കേൾക്കേണ്ടതു കേട്ടപ്പോൾ തോമസ് പറഞ്ഞു.

ഞാനൊന്നിനുമില്ല.

നിയെന്നേ വിശുദ്ധനായത്?

എന്നൊന്നും തോമസ് ധരിക്കുന്നില്ല. അവന്നൊത്തിരി മനഃപ്രയാസങ്ങളുണ്ട്.

അതിന്നാഡേ സിനിമയും കഥകളിയും. ബോഡ് കണ്ടില്ലിയോ, പൊന്ന മ്മയുടെ സംഗതിയാണേൽ ഞാനൊന്നും പറഞ്ഞില്ല. പശുവിന്റൊപ്പം കയറും കൂടെപ്പോയെന്ന് ധരിക്കണം.

തോമസ് കള്ളം പറഞ്ഞു.

പുത്തനില്ല.

ഒരു കള്ളം വകവെച്ചു കൊടുക്കണം. ശിവാനന്ദൻ പറഞ്ഞു.

പുത്തൻ, നിനക്കൊരു ടൺ വേണോ, വേണ്ടത് ചോദിച്ചേര്. അഭയാർത്ഥി ക്യാമ്പിൽ തിരക്കണോ, നിന്റെ പൊന്നമ്മയെങ്ങാനും അവിടെക്കാണും.

ബാറിന്റെ ചവിട്ടുപടികൾ കല്ലും സിമന്റുമായിരുന്നു. പിന്നെല്ലാം തടി കൾ, ഈർന്ന ഉരുപ്പടികൾ. ചുമരും മേൽപ്പുരയും നിലവും കൗണ്ടറും പലേതരമുരുപ്പടികളിൽ തീർത്തതായിരുന്നു. ഈ കെട്ടിടമപ്പാടെ കടത്തി ക്കൊണ്ടുപോയാൽ ഈർന്നെടുക്കാൻപോലും ക്ലേശിക്കേണ്ട. എന്നാലെ ങ്ങനെ? കൗണ്ടറിൽ ഉറക്കംതൂങ്ങുന്ന മാർവാടിതടിയല്ല. അവൻ ഉറക്കം തൂങ്ങുകയുമല്ല. നാൾവഴിയും ടെലഫോണും മരത്തടിയല്ല.

ടെലഫോണിൽ വർത്തമാനം പറഞ്ഞു നിൽക്കുന്നത് രക്തചന്ദനമോ?

പ്രഭു, ശോഭയാണിത്. ശോ...ഭ ഫ്രം ഗാങ്ടക്.

ഒരു ടെലഫോൺ തന്നെക്കൊണ്ടെത്തിച്ചേക്കാവുന്ന എല്ലാ കെടുതി കളും മുന്നിൽ കണ്ട് ശിവാനന്ദൻ കൗണ്ടറിലൊതുങ്ങി. നാൾവഴി തുറന്ന് മാർവാഡി പേരെഴുതാൻ മുതിർന്നു.

പ്രഭു, നിനക്ക് കേൾക്കണോ, ഞാൻ വന്നു, ശോഭ.

റസീവറിൽ മറയുന്ന പുരികങ്ങളുടെ ഗാണ്ഡീവം കാവലിന്നെത്തുന്ന കണ്ണുകളിലെ ധിക്കാരം മൗത്പീസിലേക്ക് തെറിച്ച് ധിക്കാരത്തിന്റെ പ്രക മ്പനം കാർബൺതരികളുടെ സാന്ദ്രതാപരിണതിയിൽ വൈദ്യുതിയായി.

എന്റെ മുത്തച്ഛാ!

താപം.

കാന്തം.

രാസയോഗം.

ഇവളാരോ! താനുരുകുമോ തന്നെപ്പിടിക്കുമോ? ശിവാനന്ദന്നെല്ലാം കൂടി ക്കുഴയുന്നു. മേജർ പ്രഭാകറെയാണവൾ വിളിക്കുന്നത്! കൈലാസം തകർന്നടിഞ്ഞ് അതിനിടയിൽപ്പെട്ട് മാർവാഡിയോടെന്തെങ്കിലും പറയാ നാവാതെ ശ്വാസത്തിനുവേണ്ടി അയാൾ പൊരിഞ്ഞു. നെഞ്ചുവലിഞ്ഞു.

ഞങ്ങൾ, ഞങ്ങൾ രണ്ടുപേർ. ഞങ്ങളുടെ പേരെഴുതേണ്ട.

ഇമരോമങ്ങൾക്കിടയിൽ അയാളെ ഈർന്നുമുറിച്ച് മാർവാഡി ചോദിച്ചു.

ഗസ്റ്റാണോ?

നിങ്ങൾക്കു റൂം തയ്യാറുണ്ടല്ലോ. ഗോമ്പയുടെ ഗസ്റ്റല്ലേ?

തന്നെ.

മാർവാഡി ചിരിച്ചു. ആ ചിരിയുടെ സാരം ശിവാനന്ദൻ പഠിച്ചു. വെകം! എന്നാലീ ചന്ദക്കുടം, അവളൊരു കുടമല്ല, ഒരു കൂജയുടെ കിളരം.

പ്രഭു, പ്ലീസ് ഡു കം. ഞാനിവിടെത്തന്നെ, റൂം നമ്പർ ണയൻ.

ലോകമൊരു മൈതാനവും, ആ മൈതാനത്തിൽ എഴുപതടി റോഡു മാണെന്ന മട്ടിൽ മേജർ പ്രഭാകറെ വിളിച്ചുവരുത്തുന്ന രക്താധരങ്ങൾ മാർവാഡിയോടന്വേഷിച്ചു.

മുപ്പതു കിലോമീറ്റർ, എത്ര സമയമെടുക്കും?

സമയമെന്തിന് മാഡം? അദ്ദേഹം ഇപ്പഴിങ്ങെത്തും.

പ്രതീക്ഷകളുടെ ശോണദീപ്തിയിൽ അവളുടെ മുഖം ജ്വലിക്കുമ്പോൾ ശിവാനന്ദൻ മൃത്യുവെ ധ്യാനിച്ചു. മുപ്പതു കിലോമീറ്റർ, ഗാങ്ടോക് നാഥുലാ റോഡാകുന്നു.

എടോ ശിവാ, ഒരുത്തൻ ഹരാകിരിക്കൊരുങ്ങിയാലോ?

അവന്റെ കുരുതി നേദിച്ച് ശിവാനന്ദൻ ദേവീപൂജ നടത്തും.

മാർവാഡി ക്ഷണിച്ചു.

ഇരിക്കൂ സാഹേബ്, ഗോമ്പ റൂമിലുണ്ടാവും, വിളിപ്പിക്കാം.

ശോഭയ്ക്കു ചൊടിച്ചു.

എന്നെക്കാണാൻ - എന്റെ കാര്യം മനസ്സിലാക്കൂ. എന്നെക്കാണാൻ മേജർ പ്രഭാകരൻ വരും. ഓർമ്മിക്കണം. റൂം നമ്പർ ണയൻ.

കനത്ത കഴുത്തു ഞെരിയെ ശിവാനന്ദൻ ചിരിച്ചു. എന്നാൽ നിശ്ശബ്ദം. ഉണ്ടക്കണ്ണുകൾ കുറുകിക്കുറുകി കൺമണിയുടെ സൂചീബിന്ദു കറക്കി ഒരു നോട്ടത്തിന്റെ ചാട്ടുളിയിൽ മാർവാഡിയെ പിളർന്നു. നിനക്കൊന്നു മറിഞ്ഞുകൂടാ. ഒരു പട്ടി അറിയില്ല.

തോമസ് തിരക്കിട്ടു.

എളുപ്പം പോണം. വണ്ടിക്കടുത്താളില്ല.

ശിവാനന്ദൻ ദുരിശപ്പെട്ടു.

ഇല്ല. ഇല്ല. നിന്റെ വണ്ടിയെടുത്താരും വിഴുങ്ങത്തില്ല. അല്ലേലൊരു ഗണപതി വന്നു വിഴുങ്ങട്ട്. ഓർഡനൻസിൽ വിരലടയാളമിട്ടു വന്നത് ശിവാ നന്ദനല്ലിയോ?

ചാകാതെഡേ എന്നതയാൾ സ്വയം തിന്നു. മനഃപൂർവ്വം റൈഫിൾ നശി പ്പിച്ചുവെന്ന് കുറ്റപത്രമുണ്ടാക്കാം. എന്റനിയാ, നിന്നെ ചൂണ്ടുവിരലിൽ നൃത്തമാടിക്കും. എന്നാൽ ശിവാനന്ദൻ ശാന്തസുന്ദരനായിത്തന്നെ നില കൊണ്ടു. അവനെ മുഷിപ്പിക്കാൻ മേല. ഒരു ടൺ പണത്തിന്റെ ബിസിന സ്സോർത്ത് അയാളാകെ തണുത്തു.

അച്ചായനൊന്നു കുളിക്കണ്ടേ?

യാതൊന്നും മനസ്സിലാകാതെ തോമസ് മിഴിച്ചു.

നൂറുനാഴിക വണ്ടിയോടിച്ചതല്ലേ, ഒന്നു കുളിച്ചേര്,

അയാൾ വിളിച്ചു.

ബോയ്.

മാർവാഡിയെത്തന്നെയാണ് വിളിക്കാനുദ്ദേശിച്ചതെന്നു നടിക്കാതെ ശിവാനന്ദൻ പറഞ്ഞു.

സാഹേബിന്നൊരു ഹോട്ട് ബാത്ത്.

തോമസ് ചോദിച്ചു.

അണ്ണൻ കുളിക്കുന്നോ?

ഒന്നുറക്കെച്ചിരിച്ച് മനസ്സിന്റെ ഉൾവലിവുകളയയ്ക്കണം. ചിരിക്കാമോ? അയാൾ മാർവാഡിയെ ബോധിപ്പിച്ചു.

ചൂടുവെള്ളവും മസേജും.

ഉണ്ടക്കണ്ണുകളിൽ കൺമണികൾ നിശ്ചലമായി. നിശ്ചലമായതൊരു സൂചിക്കുത്തായി തോമസ്സിന്റെ കണ്ണുകൾ ചൂഴ്ന്ന് ശിവാനന്ദന്റെ ചൂണ്ടുവിരൽ വായുവിൽ തെറിച്ചു. നിന്നെ ഞാൻ വാരും. ശിവാനന്ദനാണ് കളിക്കുന്നത്. ഒമ്പതാം കുഴിക്കൊരു ശത്രുവുണ്ടെന്ന് പെട്ടെന്നയാളോർത്തു. ഒമ്പതാം നമ്പറിന്റെ വാതിൽപ്പഴുതിലൂടെ ഒരു നോട്ടത്തിന്റെ സൂചിയിറക്കി അയാളല്പം നിന്നു.

എവിടന്നു വന്നു, മുടിക്കാൻ?

മൂന്ന്

മേജർ ശശിധരന്റെ പൂച്ചകൾ. അതിലൊരു പൂച്ച കാടൻ. അവന്റെ പേർ ഭോല. ഭോലയെന്നാൽ ശുദ്ധൻ. ശുദ്ധനെന്നാൽ പടുവിഡ്ഢി.

അതിലൊരു പൂച്ച കുറിഞ്ഞി. അവളുടെ പേർ നീലി. നീലമായതാകാശം. നീലമായതു കടലല്ലേ. നീലമായാൽ കണ്ണുകളല്ലേ?

ശശിധരൻ ഭോലയെ വിളിച്ചു.

മ്യാവൂ എന്നവൻ വിളികേട്ടു.

ഭോല, ആകാശവും കടലുകളും കണ്ണിൽ തുടിക്കുന്നു. വെയിലും മഴയും മഞ്ഞും നിലാവും പെയ്യുന്ന ആകാശനീലിമയിൽ ഇടിയും മിന്നലും കൊടുങ്കാറ്റുകളുമുറങ്ങുന്നു. അവരുറങ്ങുമ്പോൾ അനന്തമസംഖ്യം പ്രപഞ്ചപടലങ്ങളുടെ യുഗയുഗാന്തരഗാഥകൾ വിഹായസ്സിന്റെ കമ്പ്യൂട്ടറിൽ താരാദീപ്തികളിൽ മിന്നിമറയുന്നു. ഞാനോ നീയോ അതിന്റെ

രഹസ്യങ്ങളുൾക്കൊള്ളാൻ പോരാ. എന്നാലൊരു കടൽ തന്റെ ഗർഭ ങ്ങളിൽ സർവ്വാതിശായിയായ ഹിമാലയത്തെ പർവ്വതപ്രപഞ്ചങ്ങളുടെ ഒരു മഹാസമ്രാട്ടിനെ മറുചെവിയറിയാതെ യുഗങ്ങളോളം ഒളിച്ചുവെച്ചു. ആ കടലിന്റെ നീലിമയാളുന്ന കണ്ണുകളെ നീ സംശയിക്കുന്നു. നീലി വിശ്വ സ്തയല്ലെന്നുണ്ടോ? നിങ്ങൾ ദമ്പതികൾ. നിങ്ങളിലൊരു പ്രപഞ്ചമുറ ങ്ങുന്നു. അതിന്റെ വൈപുല്യമിന്നജ്ഞാതം. എന്നാൽ വരാനിരിക്കുന്ന നിങ്ങളുടേതായ പ്രപഞ്ചത്തിന്റെ അനന്തശൃംഖലയുടെ ദൈർഘ്യം ഇനി വരുന്ന യുഗങ്ങൾ അളന്നുതരും. നിങ്ങൾക്കു മംഗളാശംസകൾ. വധൂവര ന്മാരേ... വധുവിന്റെ നീലനയനങ്ങളിൽ പ്രേമത്തിന്റെ നിഗൂഢരഹസ്യങ്ങൾ. നീലി ആരെ സ്നേഹിക്കുന്നു?

മ്യാവൂ മ്യാവൂ!

ജ്ഞാനി!

ശശിധരൻ വാക്കുകൾ തിരഞ്ഞു. ഋഷി, മഹർഷി, വിഡ്ഢി, വങ്കൻ, ശുദ്ധൻ, ഭോല. നീയൊരു ശുദ്ധൻ, ഭർത്താവ്. നീയെല്ലാമറിയുന്നു. മിണ്ടു ന്നില്ല, ജ്ഞാനിയെന്നാൽ നീതന്നെ, മുനിക്കു മൗനം സോപാനം. മൗന ത്തിന്റെ തേരിലേറി നീയുപാസനകൊള്ളുന്നു. മേജർ ശശിധരന്റെ ബങ്ക റിൽ ഉന്നതങ്ങളിലെത്തുന്നു.

ഭോലാ.

മ്യാവൂ!

നീയൊരു പൂച്ച. വളർത്തുമൃഗം. മെരുങ്ങിക്കിട്ടുംമുമ്പ് നീയാരായി രുന്നു? നീയല്ലെങ്കിൽ നിന്റെ പൂർവ്വപിതാക്കൾ. നിന്റെ ചരിത്രം കാടിന്റെ, കാട്ടാളന്റെ ചരിത്രം. വരുംകാലങ്ങളിലോ നിനക്ക് പൂച്ചകളുടെ സമ്രാട്ടാകാം.

ഒരു ജെന്റിൽമാൻ ക്യാഡറ്റായി, സെക്കന്റ് ലഫ്റ്റനന്റായി, ക്യാപ്റ്റനായി, സ്റ്റാഫ് ഓഫീസർ മേജർ ശശിധരൻ ഡെപ്യൂട്ടി ക്വാർട്ടർ മാസ്റ്ററായി. അതാണ് സോപാനം, ഏണിപ്പടികൾ. താൻ കയറണം. അവിടെ പ്രഭാ കറുണ്ടല്ലോ. പോസ്റ്റിങ്ങ് ഓർഡർ കിട്ടുമ്പോൾ ആദ്യത്തെ പ്രതികരണ മതായിരുന്നു. ഒരുത്തനെ പേടിച്ച് തന്റെ സോപാനത്തിൽ തറച്ചുനിൽക്കാൻ പാടില്ല.

മേജർ ശശിധരൻ മണ്മറഞ്ഞവരെ സ്മരിച്ചു. ടിപ്പുവെന്നൊരു കറുത്ത ജനറൽ പീരങ്കിക്കെതിരെ പ്രതിരോധം മണ്ണിൽ സാധിച്ചു മനീഷി. മണ്ണിന്റെ നെടുംകോട്ടകളിൽ ടിപ്പു തുപ്പാക്കിപ്പടയെത്തുരത്തി. ഐസനോവർ ത്രിമാന ഗണിതം കരയും കടലും കാറ്റുംകൊണ്ട് സമരഗണിതത്തിന്നടിവരയിട്ടു.

എത്രയെത്ര വാമനരുണ്ടായി?

വരുംകാലങ്ങളിൽ നിനക്കു പൂച്ചകളുടെ സമ്രാട്ടാകാം. പക്ഷേ, നിന്നിലെ കാട്ടാളനൊരിക്കലുണർന്നു. നീലിയെച്ചൊല്ലി കടികൂടി. അവൾ നിന്റെ സ്ത്രീ! നിന്റെ വികാരങ്ങളെപ്പൊറുത്ത് അതൊരപരാധമല്ല.

എങ്കിലുമുണ്ടല്ലോ, സാമൂഹ്യനീതി, വിവാഹബന്ധം. ഏതൊരു ബുദ്ധിമതിയായിരുന്നു, വിവാഹത്തിന്റെ ഉപജ്ഞാതാവ്? എന്റെ സ്ത്രീ, എന്റെ കുടുംബം, എന്റെ ഗോത്രം, യുദ്ധം... ഈ ജീവിതത്തിന്റെ മൂലക്കല്ലും ആ കല്ലിന്നടിയിലെ വെടിമരുന്നും സ്ത്രീയാകുന്നു. വിവാഹബന്ധത്തെ കബളിപ്പിച്ച നീലിയുടെ കാമുകനെ നീ കൊന്നു. നിന്റെ കുറ്റം വലുത്. നിന്നെ വളർത്താൻ കൊള്ളില്ല. സമ്രാട്ടോ സാമന്തനോ നീയാകുന്നില്ല. നീയൊരുത്തൻ ഈ ഭൂമുഖത്തുണ്ടായിരുന്നുവെന്ന് ഒരുത്തനോർക്കുകയില്ല. ഇതല്ലേ അസ്തിത്വത്തിന്റെ ദുഃഖങ്ങളിലൊന്ന്? ഒരു പൂഴിത്തരിപോലും ചിരഞ്ജീവിയാകുന്നു. നീയും ഞാനും മറക്കപ്പെടുന്നു.

എത്രയെത്ര വാമനരുണ്ടായി? അതിലൊരു വാമനൻ വിരാട്രൂപമാണ്ട് ത്രിലോകങ്ങളെ പെരുവിരലിലളന്നു. അവനെ ലോകമോർക്കുന്നു. ലോകമാരാധിക്കുന്നു. ജൈവസങ്കേതങ്ങളിൽ അവനും ഞാനുമൊന്നത്രേ. അവന്റെ രൂപമുൾക്കൊള്ളാൻ പോലും എനിക്കാവില്ല. അതുകൊണ്ടല്ലേ, കുഴമണ്ണിൽ മകത്തടിയനായിപ്പൊതുക്കി ഒരോലക്കുടയ്ക്കു കീഴിൽ മുറ്റത്തു കുടിവെയ്ക്കുന്നത്? ഒരോലക്കുടയിൽ ദിഗന്തരാങ്ങൾ പ്രപഞ്ചവിതാനങ്ങൾ. അതിനു കീഴിൽ പൂക്കളം. പൂക്കളത്തിൽ ജൈവമഹത്ത്വത്തിന്റെ വികാസസാധ്യതകളുടെ പ്രതീകമായി മകത്തടിയനെന്ന പൊണ്ണൻ. കുഞ്ഞിനും കിഴവനും നിർമ്മിക്കാവുന്ന ലോകോത്തര പ്രശസ്തി നേടിയ വാമനൻ ചവിട്ടിപ്പോന്ന സോപാനത്തെക്കുറിച്ച് ഞാനറിയുന്നു. എന്നെ ഒരുത്തനുമോർക്കാനുണ്ടാവില്ല.

ആരുടെ കുറ്റം?

വിവാഹമെന്ന വിഡ്ഢിത്തം.

നീലിയുടെ മൃദുമരാളസദൃശമായ മൂക്കിന്റെ അറ്റത്തുണർന്ന വിയർപ്പു തുടയ്ക്കാൻ നീ കാത്തുകെട്ടിയിരുന്നു! നിന്നെപ്പാർത്ത് എതിരാളിയിരുന്നു. നിങ്ങൾ തമ്മിൽ യുദ്ധം. നീയവനെക്കൊന്നു. നിയമം നിന്നെക്കൊന്നു.

സ്ത്രീയെച്ചൊല്ലി.

മേജർ പൂച്ചകൾക്കു പാലൊഴിച്ചു. ഭോല പാൽ കുടിക്കുകയായിരുന്നു. അവനൊന്നും കേൾക്കുന്നില്ല, കാണുന്നില്ല. ചെവികൾ മൂർദ്ധാവിൽ ചുളുക്കി, കണ്ണുകൾ ചിമ്മി, പാൽ കുടിക്കുന്നു. മുനിഞ്ഞും മണത്തും നീലി വന്നു. ഭോല മുരണ്ടു. അവളുടെ മൂക്കിൽ തുടുത്ത സൗന്ദര്യം ഭോല കാണുന്നില്ല. അവൻ മയങ്ങുന്നില്ല. അവൻ യാതൊന്നും കാണുന്നില്ല. എന്നാലും മുരണ്ടു. നീലി പതുങ്ങിപ്പതുങ്ങി. ഭോല പാൽ കുടിച്ചു. നീലിയെണീറ്റു. ഭോല മുരണ്ടും, ചീറ്റി. നീലി വിറച്ചു, പിന്മാറി.

ശശിധരൻ ചിരിച്ചു. അയാൾ നീലിയെ വിളിച്ചു. നീലി മിണ്ടിയില്ല. അവൾക്കു പേടി, മിണ്ടാൻ പേടി. ഉറക്കെയുറക്കെച്ചിരിച്ചു. അനങ്ങാൻ പോലും പേടി. കാടൻ കടിച്ചുകൊല്ലും. ഉന്മത്തനെപ്പോലെ ശശിധരൻ ചിരിച്ചു. ഭോല പാൽ കുടിച്ചു. ധീരൻ പുരുഷൻ. നീലി ചുളുങ്ങിച്ചുളുങ്ങി,

ചെറുതായിച്ചെറുതായി ഭൂമിയിലാണ്ടൊളിക്കുകയായിരുന്നു. വേണ്ട നീലി, വേണ്ട. നിന്നെ ഉഴുതെടുക്കാൻ ഞാനൊരു ജനകനല്ലല്ലോ.

ജാരശങ്കയുടെ ദുരന്തകഥ!

ഭോല.

ഭോല മിണ്ടിയില്ല.

കണ്ണുചിമ്മി പാൽ കുടിക്കാൻ നിനക്കാർ പഠിപ്പിച്ചു?

ഭോല മിണ്ടിയില്ല.

ലഫ്റ്റനന്റ് കേണലായി, ജനറലായി, ഫീൽഡ് മാർഷലായി, സർവ്വാധിപതിയായി മൺമറഞ്ഞവരെ സ്മരിച്ച് അയാൾ പകപോക്കി. അപ്പോൾ വാതിലിൽ മുട്ടുന്നു.

ആർ വരാൻ?

ശോഭയ്ക്കു കൊള്ളാത്ത ശശിധരൻ ഏകാകിയായിരുന്നു.

വീണ്ടും വാതിലിൽ മുട്ടി.

കമിൻ.

അവനെ ശപിച്ച് അയാളെണീറ്റു. ശബ്ദത്തിൽ സ്തോഭം തിറമ്പിയോ? വാതിൽ തുറന്നപ്പോൾ ബി.കെ. സിങ്ങ് താണുവണങ്ങി. അവന്റെ തോളിൽ അശോക തിളങ്ങി. പുതുത്തൻ.

ക്ഷമിക്കണം, ബി.കെ. ഞാൻ വൈകിപ്പോയി.

വൈകിയിട്ടൊന്നുമില്ല സർ.

ബി.കെ. നടന്നോളൂ. ഞാനിതാ എത്തിപ്പോയി. എന്റെ പൂച്ചകൾ....

നാല്

മലയർ മെടഞ്ഞ ചൂരൽക്കസേരകളിലമർന്ന് ഓഫീസർമാർ കുടിച്ചു. ശശിധരന്റെ മുന്നിൽ നിറംപകർന്ന ഗ്ലാസ്സിൽ നുര തണിഞ്ഞു. താഴ്വരകളെ കീഴടക്കിയ മേജർ പ്രഭാകർ ഹനുമത്കഥകൾ പറഞ്ഞു. ശശിധരൻ ചിരിച്ചു. ഹനുമാൻ ചിരഞ്ജീവിയാകുന്നു. സിഗ്നൽമാൻ, അവൻ തീ വെന്താലും ചാവില്ല. അവന്റെ വാലിൽ മുദ്രമോതിരമല്ലേ?

പ്രഭാകർ തിരുത്തി.

മരിക്കില്ല. അവൻ മുസ്ലീം പയ്യൻ.

കല്പാന്തവഹ്നിയും തൊടാനറയ്ക്കുന്ന ജൈവപ്രതിഭാസം.

ബി.കെ.സിങ്ങ് ശശിധരന്റെ മുന്നിൽ വണങ്ങി.

താങ്കളുടെ ഗ്ലാസ്സൊഴിഞ്ഞില്ല.

പൂച്ചകൾ തമ്മിലിണങ്ങിയിട്ടുണ്ടാവും. അസുഖകരമായ ചിന്തകള കറ്റാൻ അയാൾ വെളിയിലേക്കു നോക്കിയിരുന്നു. നിലാവു പെയ്യുകയാണ്. ഒരു സായാഹ്നം! സായാഹ്നമാഘോഷിക്കണമെന്നാണ് ബി.കെ. സിങ് ക്ഷണിച്ചത്. കമ്പളിപ്പിക്കുന്ന വാക്കുകളെക്കുറിച്ചോർത്ത് ശശിധരൻ നിലാവു കണ്ടു. നിലാവു പെയ്യുകയല്ല, ആയിരം ശുഭ്രരശ്മികളിറങ്ങി, ആ രശ്മികളിൽ ആകാശമിറങ്ങി, പർവ്വതങ്ങളിൽ ശയിക്കുന്നു, തൂവെള്ളക്കമ്പിളി പുതയ്ക്കുന്നു.

ബി.കെ. സിങ് വീണ്ടും വന്നു.

താങ്കളുടെ ഗ്ലാസ്സൊഴിഞ്ഞില്ല.

ഗ്ലാസ്സുകളൊഴിയുമ്പോൾ ചൂരൽക്കസേരകളിലമരുന്നു. നിറയുമ്പോൾ നിവരുന്നു. എല്ലാവരും വർത്തമാനം പറയുന്നു. മനുഷ്യർ മൃഗങ്ങൾ ഗുഹാഗൃഹങ്ങൾ. വിജ്ഞാനവൈപുല്യം സമർത്ഥിക്കാൻ ആവർത്തനങ്ങളില ഭയം തേടുന്നു.

മേജർ കപ്പൂർ പറഞ്ഞു:

മനുഷ്യർക്കും മുമ്പ് ഗുഹകളുണ്ടായിരുന്നു.

പ്രഭാകർ ചോദിച്ചു.

അജന്തയുണ്ടായിരുന്നോ?

ബങ്കറെന്നാലൊരു ഗുഹ. ബി.കെ.സിങ് എല്ലാവരോടും യോജിച്ചു. അവസരത്തിന്നൊത്താണ് വളരേണ്ടത്, വളയേണ്ടത്. യരലവ. എന്റെ പാർട്ടി എന്റെ പ്രമോഷൻ.

കപ്പൂർ പറഞ്ഞു.

ഗുഹകളിൽ സൗകര്യങ്ങൾ പരിഷ്കരിച്ചെടുത്തപ്പോൾ ബങ്കറായി. കസേരകളും വട്ടമേശയും ശീമമദ്യവും ആദിഗുഹാനിവാസികൾ സ്വപ്നം കണ്ടിട്ടില്ല.

അന്നുണ്ടോ യുദ്ധം?

ഉണ്ടായിരുന്നു, സ്ത്രീകളോടായിരുന്നു ആധിപത്യം സ്ഥാപിക്കേണ്ടിയിരുന്നതെന്ന വ്യത്യാസം മാത്രം.

പ്രഭാകർ പറഞ്ഞു.

രാവും പകലും യുദ്ധം.

യുദ്ധത്തിന്റെ ആരംഭത്തിൽ നിമിത്തം സ്ത്രീയായിരുന്നു. ആദികാവ്യത്തിൽ ഇതിവൃത്തം പടുത്തതെല്ലാം സ്ത്രീകളിലൂടെയാണല്ലോ. കൈകേയി, മന്ഥര, താടക, സീത, ശൂർപ്പണഖ, താര... ഇവരിലൊന്നൂരിയെടുത്താൽ രാമായണം തകർന്നുവീഴും.

പറഞ്ഞുകേട്ടതിലെന്തെങ്കിലും ഔചിത്യമുണ്ടോ, ആരാലോചിക്കാൻ? വാക്കുകൾ പൊള്ള, കുമിളകൾ. മദ്യം നിറയുമ്പോൾ ഗ്ലാസ്സിൽ കുടുങ്ങി

പ്പോയ വായുകണികകൾ അതിസാന്ദ്രതയുടെ മർദ്ദനമേറ്റുയർന്ന് തരികളായി, നുരയായി, ചിരിച്ചുയർന്നു. അവ പുതഞ്ഞു പൊലിഞ്ഞു.

പ്രഭാകർ പറഞ്ഞു.

ഒരു സ്ത്രീക്കുവേണ്ടി കടൽ കടന്നു പടയിറക്കിയ രാമൻ ഉത്തമനായ ഭർത്താവായിരുന്നു.

സാന്ദ്രതയെ ധ്യാനിച്ച് ശശിധരൻ ശക്തി നേടി. സിംഹാസനത്തിന്നു മുന്നിൽ മെതിയടികൾ രാമനെക്കാത്ത് തപസ്സനുഷ്ഠിക്കുകയായിരുന്നു. വരൂ, കയറൂ. തന്റെ സിംഹാസനം ശശിധരൻ പണിതെടുക്കണം.

ഒഴിഞ്ഞ ഗ്ലാസ്സുകളപ്പോളപ്പോൾ നിറച്ച് ബി.കെ. സിങ് സമനില പാലിച്ചു. വൈൻ വെയ്റ്റർമാർ പുറംകിച്ചനിൽ സാഹേബിന്റെ പ്രമോഷനാഘോഷിക്കുകയായിരുന്നു.

മലയർ മെടഞ്ഞ കസേരകളെക്കുറിച്ച് ഓഫീസർമാർ തർക്കിച്ചു. ആണോ പെണ്ണോ നല്ല നെയ്ത്തുകാർ?

ആണിലും പെണ്ണുണ്ട്.

പ്രഭുവിന്റെ കസേര നെയ്തതു പെണ്ണുതന്നെ.

ശശിധരൻ കേൾക്കുന്നു. ആണിലും പെണ്ണുണ്ട്. പെണ്ണു നെയ്ത കസേരയിലിരിക്കുന്ന പ്രഭുവിനെ വ്യക്തമായും കാണാം. അവന്റെ കറുത്ത കണ്ണുകളും നനുത്ത ചുണ്ടും, അവനൊരു പെണ്ണിന്റെ സൗന്ദര്യവും കാപ്പിരിയുടെ പൗരുഷവുമാകുന്നു. ഒരു കാപ്പിരിയലറുമ്പോൾ മാത്രം സംതൃപ്തികൊണ്ട ഉറൂബിന്റെ ശാന്ത, സുന്ദരി, കാർത്തികേയൻ, മഠയൻ, ഭർത്താവ്. കാമുകനായ വിശ്വം സുന്ദരൻ. അവൾക്ക് കേയൻ, മഠയൻ, ഭർത്താവ്. കാമുകനായ വിശ്വം സുന്ദരൻ. അവൾക്ക് കാമുകനും ഭർത്താവും കോഴി ചികഞ്ഞ തൂവൽ. കാപ്പിരിയുടെ യന്ത്രപ്രതിമയും തെറിച്ച മാംസപേശികളും സിംഹഗർജ്ജനവും മതി. ത്രികോണരചനകളുടെ ഒരു വേലിയേറ്റത്തിൽ ശശിധരൻ മുങ്ങി. വിവാഹിതനായ ഒരു പുരുഷനെ കാലാകാലംതൊട്ട് രാവണന്മാർ അവഹേളിച്ചിട്ടുണ്ട്. എന്നിട്ടും നിലനിൽക്കുന്നു. വിവാഹബന്ധമെന്ന സാമൂഹ്യബോധം, മനുഷ്യവംശപുരോഗതിയുടെ മൂലനിദാനമായി. കുടുംബം, ഗോത്രം, ഗ്രാമം... എല്ലാമൊരു കെട്ടുതാലിയുടെ കഥ. ഈ താലിക്കൊരു ഹൃദയത്തിന്റെ രൂപവിശേഷം നൽകിയ ആദിശില്പിയും മനീഷിതന്നെ! ക്രാന്തദർശി! എന്റെ ഹൃദയം നിന്റെ കഴുത്തിൽ, നെഞ്ചിൽ.

ശോഭയും ശശിധരനും.

വധൂവരന്മാരെ...

ഞാനും നീയുമൊന്നായോ?

എന്റെ രക്തം ബോധാബോധങ്ങൾ നിന്നിലുണർന്നില്ല.

നീയും പ്രഭുവും ഒന്ന്.

ശോഭാ, നിനക്കു മാപ്പ്, എന്നെ അസുരവിത്താക്കിയതു നീയല്ല, നിന്റെ കാമുകനുമല്ല. അവൻ എന്റെ പിതാവ്, നേരച്ഛൻ, ഗോത്രപുരോഗതിയുടെ നിദാനമായി എനിക്കു നിന്നെത്തേടിത്തന്നത് മറ്റേതൊരു വങ്കൻ?

മേജർ കപ്പൂർ ചോദിച്ചു.

അജന്തയും എല്ലോറയും കണ്ടിട്ടില്ലേ?

ഉണ്ട്.

ഇല്ല.

ഗുഹാഗൃഹങ്ങളിൽ സാധിച്ച ശില്പകലാചാതുരിയെക്കുറിച്ച് കപ്പൂർ കുമിളകളേറെപ്പൊലിച്ചു. ഒരു കണ്ണുതുറന്ന് ഒരു കണ്ണല്പമടച്ച് ശശിധര നിരുന്നു. ആരുമാകാം. ആരുമാവില്ല. പാപി ചെന്നേടം പാതാളം. സംഭാഷണം ശ്രദ്ധിച്ചില്ല. പ്രമേയം നഗ്നശില്പങ്ങളിലെത്തി. ക്ഷേത്രഗോപുരങ്ങളിൽ വിശ്രമിച്ചു. കരിങ്കല്ലിൽ കവിത. ആരായിരുന്നു അവയുടെ ശില്പികൾ?

എന്തിനുമുത്തരമുണ്ട് പ്രഭുവിന്. അവൻ വിജയത്തിലേകാധിപതി ചമഞ്ഞു.

വിപ്രലംഭവാദികൾ.

പറയാനാശിച്ചത് ആശിച്ചപോലെ വെളിപാടുകൊണ്ടില്ലെന്ന നൊമ്പരത്തോടെ പ്രഭാകർ തന്നത്താൻ തിരുത്തി.

ജീവിതത്തിലൊരിക്കലെങ്കിലും ഒരു പെണ്ണിനെ വേണ്ടപോലെ ദർശിക്കാത്തവരായിരുന്നു നഗ്നകലയുടെ ശില്പികളും ആരാധകരും.

ശശിധരൻ ചോദിച്ചു.

അങ്ങനെയാണോ?

ആജീവനാന്തതടവുകാരോ അടിമകളോ...

ബി.കെ. സിങ് പറഞ്ഞു.

അങ്ങനെയും വരാം.

ശശിധരൻ ധ്യാനിച്ചു.

ഭോലാ.

അയാൾ പറഞ്ഞു.

ജീവിതത്തിൽ നിസ്സംഗത കൈവന്ന, വിരാഗംനേടിയ സിദ്ധന്മാരായിരിക്കാം നഗ്നരിൽ പകലാകാരന്മാർ.

ബി.കെ. സിങ് പറഞ്ഞു.

അങ്ങനെയും വരാം. ഗ്ലാസ്സൊഴിഞ്ഞില്ല.

ആരുമന്യോന്യമേറ്റുമുട്ടേണ്ട. ഇന്നുവേണ്ട. ഡിന്നർ എനൗൺസ് ചെയ്താൽ മതി. മെസ്സിന്നകത്തു കടന്നുനോക്കണം. ഇപ്പോൾ വയ്യ. ഇവിടെ

രണ്ടു കാടന്മാർ തക്കം പാർക്കുന്നു. ബി.കെ. സിങ് രണ്ടുപേരെയും സാകൂതം നിരീക്ഷിച്ചു. ഭാഗ്യത്തിന് രണ്ടുപേരും കസേരകളിൽത്തന്നെ അമർന്നിരിപ്പാണ്.

പൂമുഖത്തിന്റെ വാതിൽക്കൽ വൈൻ വെയ്റ്റർ പ്രത്യക്ഷപ്പെട്ടു. അവൻ അനൗൺസ് ചെയ്തു.

ടെലഫോൺ.

എല്ലാവരും കേട്ടു. പറഞ്ഞുവന്നതെന്തെന്ന് എല്ലാരും മറന്നു. സേൻവർമ്മയാവുമോ? ബ്രിഗേഡ് മേജർ കപ്പൂർ പാതിയെണീറ്റ്, എണീക്കാനാകാതെ വീണ്ടുമിരുന്നു. സാഹചര്യ റിപ്പോർട്ട് കേൾക്കാനാവും. ഇന്നലത്തെപ്പോലെ. എവിടെക്കിടന്നിട്ടാണാവോ ലൈൻ പിടിച്ചിട്ടുള്ളത്?

നിലയുറയ്ക്കാത്ത കാലുകളിൽ നൃത്തമാടിവരുന്ന വെയ്റ്ററോട് ബി.കെ. ചോദിച്ചു.

ഡിന്നർ നിരത്തിയോ?

വെയ്റ്റർ തിരുത്തി.

ടെലഫോൺ!

പ്രഭാകറിന്റെ പിന്നിൽനിന്ന്, നിന്ന കാലുറയ്ക്കാതെ അവൻ കസേരയിൽ പിടിച്ചു. പൊള്ളിയപോലെ കൈ വലിച്ച് രാഗത്തിൽ മൊഴിഞ്ഞു.

സാഹേബിന്നു ടെലഫോൺ.

പ്രഭാകർ പെട്ടെന്നെണീറ്റു. അയാൾ ഖേദപൂർവ്വം വിടചോദിക്കാൻ മുതിരുമ്പോൾ ആഹ്ലാദാവേശമഭിനയിച്ച് വെയ്റ്റർ പാടി.

ശോഭാസാഹേബ് വിളിക്കുന്നു. ഗാങ്ടക്കിൽനിന്ന്.

മേജർ ശശിധരന്ന്.

അന്തരാളങ്ങളിൽ മാറ്റൊലി മുഴങ്ങി.

മ്യാവൂ!

ശോഭ ആരായിരുന്നു?

മ്യാവൂ! മ്യാവൂ!

അഞ്ച്

നാഴൂരിപ്പാലുകൊണ്ട്-

നാലൗൺസ് റേഷൻ റമ്മിൽ നാനാഴി വെള്ളമൊഴിച്ചാൽ മഞ്ചേക്കർക്ക് മദ്യപാനമാവാം. രാജനതു വയ്യ. അയാൾക്കിഷ്ടം റോ റമ്മായിരുന്നു. അന്നനാളമെരിയണം. രൂക്ഷമായതും തീക്ഷ്ണമായതും നീയേ! ദേവതാരത്തിനു കീഴിൽ കമ്പിളികൾ വിരിച്ച് അവരിരുന്നു. മൂൺ ലൈറ്റ് ഡിന്നർ, പേരിട്ടത്

മഞ്ചേർക്കർ. ചെലവുകളില്ലാത്ത ആർഭാടങ്ങളവൻ സഹിക്കുന്നു. ശുദ്ധ കർഷകൻ, പണിയെടുക്കുമ്പോൾ എല്ലുമുറിയേ, ഭക്ഷണം പല്ലുമുറിയേ, അതിമാനുഷന്റെ ശരീരവും ആട്ടിൻകുട്ടിയുടെ മനസ്സുമാണെന്നു രാജൻ പറഞ്ഞു ചിരിച്ചു. വിശപ്പെന്നോ വയറെന്നോ മഞ്ചേർക്കർക്കില്ല. എന്റെ കുടലുകൾ, കുടലുകളുടെ ഓരോ മടക്കിലും ഓരോ വയറാണെന്ന മട്ടിൽ അവൻ ഭക്ഷണം കഴിച്ചു. റേഷൻ സമ്പ്രദായത്തിൽ വിശ്വാസമില്ല. ഒരടുക്ക് റൊട്ടി. ഒരു പാത്രം കറികൾ. ഒറ്റയ്ക്കു ഭക്ഷണം കഴിക്കാനിഷ്ടമില്ല. വെന്ത തൊന്നും സ്വകാര്യസ്വത്തല്ല. ഒരു ദിവസത്തെ കായക്ലേശങ്ങൾ ഒരു നേരത്തെ ആഹ്ലാദത്തിൽ മറക്കാം. പ്രയത്നത്തിന്നറുതി അത്താഴമാകുന്നു. മൂക്കറ്റമുറങ്ങണം. ഒരു നാളുമുറക്കം കിട്ടില്ല. മാനസികദൃശ്യങ്ങളുടെ ജല രാശിയിൽ ഒരു പൊങ്ങുതടിയായിക്കിടക്കാം. അവന്റെ അമ്മ, അമ്മ കുള ത്തിൽ തവളക്കൂറിട്ടു കിടന്നു. അവനുണരുന്നു. സ്വപ്നം കണ്ടതുപോലല്ല. ബോധാബോധങ്ങൾക്കതിരില്ല. അല്പം മദ്യപാനമായാൽ രണ്ടോ മൂന്നോ മണിക്കൂർ മുടക്കംകൂടാതുറക്കം കിട്ടും. വിസ്തരിച്ചു കുടിക്കണമെങ്കിൽ തുറന്ന സ്ഥലത്തിരിക്കണം. അവൻ വയലുകളിൽ കളിച്ചു വളർന്നു. കൂട്ടു ണ്ടാവണം. ഒരു കല്പനയനുസരിക്കും പോലെ മഞ്ഞുകാലം മുഴുവൻ പൊറുത്തു. ഇതൊരു വസന്തരാത്രി. മഞ്ചേർക്കർ രാജനെ ക്ഷണിച്ചു. അവർ ലങ്കറിൽ കയറി റൊട്ടിയെടുത്തു. ചുട്ടെടുത്തപ്പോഴേ റൊട്ടി തണുത്തു. സ്റ്റോവിൽ വീണ്ടും പുട്ട് ചൂടോടെ പങ്കുവെച്ചു. രാജൻ ചമ്രംപടിഞ്ഞിരുന്നു. ചൂട് സംഭരിക്കാനാവാം ഋഷിമുനികൾ പദ്മാസനം ശീലിച്ചത്! അതുമാത്ര മല്ല, രാജൻ പറഞ്ഞു.

മഞ്ചൂ, എനിക്കു തോന്നുന്നു ഭാരതീയ സംസ്കാരം സിന്ധുഗംഗ സമതലത്തിന്റേതല്ല, ഹിമാലയത്തിന്റേതാകുന്നു.

രാജന്റെ റൊട്ടി തീർന്നു. മഞ്ചേർക്കർ കണ്ടറിയണം. രാജൻ വർത്ത മാനം പറയുന്നു. ഒരു മഹർഷി, അദ്ദേഹം തത്ത്വചിന്തകനാകട്ടെ, ദാർശനി കാനാകട്ടെ, അഹം ബ്രഹ്മാസ്മി എന്നറിയുന്നത് ഹിമാലയത്തിൽ താമസിക്കുമ്പോഴാകണം. പിന്നീടദ്ദേഹം താഴ്വരകളിറങ്ങി സമതല പ്രദേശങ്ങളിലൂടെ സഞ്ചരിക്കവേ തത്ത്വമസി മനസ്സിലാക്കിയിട്ടുണ്ടാവും. ഭാരതീയദർശനങ്ങളുടെ പാലാഴിമഥനം. മഞ്ചു, പാൽക്കടലെന്ന സങ്കല്പം. ഹിമാലയങ്ങളിൽനിന്നേ തോന്നാനിടയുള്ളൂ. ഹിമാലയങ്ങളിലാണ് നടന്നി ട്ടുണ്ടാവുക.

൦ അയാളുടെ അന്നനാളമെരിച്ചു. ആത്മാവെരിച്ചു. താനൊരു തീനാളം. ആ തീനാളത്തിൽ ചൂടില്ല. അറബിക്കടലിലെ തിരമാലകളിൽ സമുദ്രതീര സംസ്കാരം. സമതലങ്ങളിൽ പടയോട്ടങ്ങളുടെ അവശിഷ്ടങ്ങൾ, നദീതട ങ്ങളിൽ ഓം ശാന്തിഃ ശാന്തിഃ ഹിമാലയങ്ങളിൽ, നിന്റെ നാക്കിൽ ത്രിലോക ങ്ങൾ, ഒരു തരി മണ്ണിൽ പ്രപഞ്ചം ദർശിച്ചവർ, എടാ മഞ്ചു, ഹിമാലയ ത്തിൽ താമസിച്ചിട്ടുണ്ടാവും.

രാജൻ പറഞ്ഞു.

നാഴൂരിപ്പാലുകൊണ്ട്...

മഞ്ചേർക്കർ ശാസിച്ചു.

ഹിന്ദി, ഹിന്ദിയിൽ പറഞ്ഞാലേ എനിക്കു മനസ്സിലാകൂ.

എടോ, അതൊരു പഴഞ്ചൊല്ല്, നാഴൂരിപ്പാലുകൊണ്ട് നാടാകെ ക്കല്യാണം. നാഴൂരിയെന്നാൽ മഞ്ചേർക്കർക്കു മനസ്സിലായില്ല. അവന്ന് നാഴിയും പറയും പരിചയമില്ല. തന്റേതായ എല്ലാ ധാരണകളും തകർന്നു പോയി. ഒരു ഭാഷ, ഒരു ജനപദം, ഒരു സംസ്കാരം. നാഴൂരിയുടെ കൊള്ള ക്കൊടുക്കയിൽ അവരന്യോന്യമറിഞ്ഞില്ല.

അവർ ഹിമാലയത്തിലിരിക്കുന്നു!

ഡേഡ് പാവ് ധൂത്സേ. പാവ് എന്നാൽ കാൽ. നാലിലൊന്ന് എനിക്കും നിനക്കും കാൽതന്നെ. തും പാവോംസേ ചൽതേ ഹോ. ഞാൻ എന്റെ കാലിൽ നടക്കുന്നു. മഞ്ചു. നീ മറാത്‌വാഡയിൽ ജനിച്ചു. ഞാൻ ഗുരുവാ യൂരിൽ. എന്നിട്ടും നമ്മുടെ കാൽ നാലിലൊന്ന്, അരപ്പാതി. ഇതെങ്ങനെ സംഭവിച്ചു? നമ്മുടെ സംസ്കാരം...

റമ്മിന്റെ തീക്ഷ്ണനാളങ്ങൾ സിരാപടലങ്ങളിലും രോമകൂപങ്ങളിലും പ്രസരിക്കുകയാണ്. നിനക്കിടങ്ങഴിയില്ല. ഞങ്ങൾക്കൊരു രണ്ടിടങ്ങഴിയുണ്ട്. നീ നോവൽ വായിക്കുന്നില്ല. മണ്ടൻ. നിനക്കും സേറുണ്ടല്ലോ. രണ്ടിടങ്ങഴി ഒരു സേർ. അതാണ് കണക്ക്. ഒരു സേറിന്റെ നാലിലൊന്നു പാവാകുന്നു. എനിക്കതു നാഴി. നാനാഴി ഇടങ്ങഴി. നാഴൂരിപ്പാലുകൊണ്ട് നാടാകെ ക്കല്യാണം. കല്യാണമെന്നാൽ മംഗലം, മംഗലമെന്നാൽ വിവാഹം....

സ്റ്റോവിൽ റൊട്ടി കരിഞ്ഞു.

മഞ്ചേർക്കർ പറഞ്ഞു.

നിലാവിൽ കാവൽമാടത്തിൽ–

മുഴുവൻ പറഞ്ഞില്ല. അവർക്കു മുകളിൽ മലമുകലിൽനിന്നിറങ്ങിവന്ന ജീപ്പിന്റെ വെളിച്ചം മഞ്ചേർക്കർക്കു കണ്ണിൽ കുത്തി. കരിഞ്ഞ റൊട്ടിയെ ടുക്കുമ്പോൾ പൊള്ളി. അവന്റെ കരളിൽ വള കിലുങ്ങി. റോഡിലൂടെ ഇറങ്ങിവന്ന ജീപ്പിന്റെ ബ്രേക്കുകൾ നീട്ടിനീട്ടി കരഞ്ഞു.

ആറ്

വിൂച്ചകൾ കരഞ്ഞു. ശശിധരൻ മനസാ വിളിച്ചു.

ഭോലാ.

ഭോല മുരണ്ടു. അവന്നെതിരെ പതിഞ്ഞിരുന്ന നീലി മുരണ്ടു. അവ ളുടെ നാസികാഗ്രത്തിൽ തുടുത്ത വിയർപ്പിൽ ശരറാന്തലിന്റെ രശ്മികൾ

ദീപാവലിയെരിച്ചു. ഭോല കരഞ്ഞു. ഒരു കണ്ണോക്കിന്റെ ആരോഹണം, അതിന്റെ ഉച്ചസ്ഥായിയിൽ ഭീകരമായി, അതൊരു യുദ്ധകാഹളമായി, ആ കാഹളം തയ്യാറെടുപ്പിന്റെ മൗനത്തിൽ നിശ്ചലമായി. ഒരു മുഹൂർത്തത്തിൽ നിശ്ചലകാലത്തിന്റെ സംക്രമണംപോലെ ഭോലയൊരു കുതികുതിച്ച് ആ കുതിയിൽ നീലിയുടെ കഴുത്തിൽ വീണ് അവളെ മലർത്തി. അവൻ മുരണ്ട് അവളവനെ പട്ടാങ്ങുമെതിർത്ത് അവൾ നിലവിളിച്ച് അവനൊരു കൈയാലവളുടെ മുഖം നിലത്തമർത്തി അവളുടെ കവിളിൽ കടിച്ച് അവളപ്പോൾ നീറി ഞെരങ്ങി. അവൻ അവളുടെ വയറിന്നുമീതെ അവളുടെ നഖമെടുത്ത കാലുകൾ അവന്റെ തുടകളിലറഞ്ഞുകീറി. അവൻ ചീറിയലച്ച് അടിവയറിലെ നനുത്ത രോമങ്ങൾക്കിടയിൽ ഒരു സൂചി ചികഞ്ഞിറക്കി. ആത്മാവിന്റെ നോവുകളിൽ അവളവനെ അള്ളിപ്പിടിച്ച് അവളുടെ കടവാൽസൃഷ്ടിയുടെ സംക്രമണത്വരയിൽ വിറച്ചുവിറച്ച് അവനൊന്നു കുടഞ്ഞ്, ഒന്നു ചിരിച്ച്, ഒന്നു കരഞ്ഞ്, ഞൊണ്ടിക്കാലിൽ ചാടിച്ചാടി കട്ടിലിന്നടിയിലൊളിച്ച്, മുറിഞ്ഞ തുടകൾ നക്കിത്തോർത്തി. നീലി കിടന്നു വിറച്ച് ഒരു നിർവ്വേദത്തിന്റെ ദുഃഖത്തിൽ കണ്ണുകൾ നിറഞ്ഞ് അവനെ പ്പേടിച്ച്, അവനെ ധ്യാനിച്ച്, ബോധാബോധങ്ങളിൽ ശശിധരൻ ശോഭയെ ദർശിച്ച് കട്ടിലിലിരുന്നു കിതച്ചു.

ഒന്നു കുളിക്കാൻ ചൂടുവെള്ളം. ബാറ്റ്മാൻ പോയല്ലോ.

ഏഴ്

വേണ്ട പ്രഭു, വേണ്ട.

ഞാൻ പോകും.

നീ കുടിച്ചിട്ടുണ്ട്.

നിനക്കു വെളിവില്ല. നീ പോയുറങ്ങ്.

നീയിന്ന് ഗാങ്ടോക്കിലെത്തില്ല.

ഞാനെത്തും. നിനക്ക് ഫോൺ ചെയ്യും.

ബെറ്റുണ്ടോ?

എന്റെ ജീവൻ ബെറ്റ്.

നാക്കിറങ്ങി ബി.കെ. സിങ് നിന്നുപോയി. നിൽക്കാമോ? താനാകെക്കുഴയുന്നു. അവന്റെ ജീവൻ! മൈഗാഷ്, ഇതുമൊരു പ്രേമം. ഭ്രാന്ത്. ബി.കെ. സിങ് ബങ്കറിലേക്കു പോയില്ല. അയാൾ വെളിയിലുലാത്തി. താഴ്വരയിൽ നിലാവിന്റെ വെള്ളക്കുതിരകൾ അലയലയായി, തിരമാലകളായി വരുന്നു, പോകുന്നു.

ജീപ്പിറങ്ങിപ്പോകുന്നു. ബ്രേക്കുകൾ കരഞ്ഞ് നിർത്തിയിട്ടും നിൽക്കാതെ നിരങ്ങി തിരിവുകളിൽ തെള്ളിത്തെള്ളി ഞാണിന്മേൽ കളിച്ചുവന്ന

ജീപ്പ് ദേവതാരത്തിനു താഴെ സപ്ലൈ ഡെപ്പോവിന്നു മീതെ ചീറിച്ചിതറിപ്പാഞ്ഞ് ചുരത്തിലേക്കിറങ്ങി ഗാങ്ടോക്കിലേക്കു തിരിഞ്ഞ് മകത്തടിയനെ പമ്പരം ചുറ്റി. നെഞ്ചിൽ പൊത്തി, നെറുംതലയിൽ തല്ലി. മേജർ ബി.കെ. സിങ് ബങ്കറിലേക്കോടി. ടെലഫോണിന്റെ ഹാൻഡ്സെറ്റിൽ വീണു.

ചെക്ക് പോസ്റ്റ്.

ഓപ്പറേറ്റർ ചോദിച്ചു.

നമ്പർ പ്ലീസ് സാർ?

ചെക്ക് പോസ്റ്റ്.

ചെക്ക്പോസ്റ്റ് സാർ?

വേഗം വേഗം വേഗം.

നിലാവിലൊരുൽക്കാപാതംപോലെ ഹെഡ്ലൈറ്റിന്റെ ദീപപ്രസരം മഞ്ചേർക്കർക്കു കണ്ണിൽ കുത്തി.

ആരാണത്?

രാജൻ പറഞ്ഞു.

ഏതു കാലനോ!

ഞാൻ കാവൽമാടത്തിലിരിക്കും. 'അവളത്താഴമെടുത്തുവരും. വളക്കിലുക്കവും മുല്ലപ്പൂമണവും കൊതിയും രുചിയും വിശപ്പും നിലാവും–

ചെക്ക് പോസ്റ്റ് സ്പീക്കിങ്.

ബി.കെ. സിങ്ങിന്റെ ഹൃദയം മൗത്ത്പീസിലേക്കു പ്രവഹിച്ചു. മഞ്ചേർക്കർ ചോളം വിളഞ്ഞ വയലിൽ, കാവൽമാടത്തിൽ, നിലാവിൽ, വധുവിന്റെ വിരലുകളിൽ കടിച്ചത്താഴമുണ്ണുമ്പോൾ–

പർവ്വതം ചുറ്റുന്ന ജീപ്പിന്റെ കണ്ണുകൾ ഒരു നിമിഷം കണ്ണിൽക്കുത്തി കണ്ണുചിമ്മിത്തുറക്കുമ്പോൾ. ജീപ്പിന്റെ കണ്ണുകൾ ചെക്ക്പോസ്റ്റിന്റെ മുന്നിലെത്തെരുവിൽ നാട്ടിയ ചൊകന്ന വെളിച്ചത്തിൽ മുട്ടി–

ഒരു ജീപ്പ് അതവിടെ എത്തിക്കാണും. അതു നിർത്തണം. ആ ജീപ്പ് വിടരുത്. പോകാൻ അനുവദിക്കരുത്. തടഞ്ഞുവെച്ചോളൂ. ഞാൻ, മേജർ ബി.കെ. സിങ്, ഓർഡിനൻസ് ഓഫീസർ, വേഗം വേഗം....

നാഴൂരിപ്പാലുകൊണ്ടു റോഡും താഴ്‌വരകളും നിറയുന്ന നിലാവിന്റെ വെള്ളയിൽ ഉൽക്കാപാതത്തിന്റെ തീവ്രദീപ്തികൾ ചൊകന്ന നിശ്ചല ദീപത്തിലിടിച്ച് ഒന്നു പിടഞ്ഞ്–

ഹാൻഡ്സെറ്റും പിടിച്ചുനിൽക്കുന്ന ബി.കെ. സിങ് കാതോടടുപ്പിച്ചു പിടിച്ച റിസീവറിൽ അശരീരി കേട്ടു.

മറിഞ്ഞു!

ഹരേ റാം. മഞ്ചേർക്കറെണീറ്റു.

അയ്യോ!

എണീക്കാനാഞ്ഞ് രാജനിരുന്നു.

പിന്നെ കേട്ടതൊരു നാദം. ആ നാദത്തിൽ പർവ്വതമിടിഞ്ഞു തകരുന്നു. പാതാളത്തിലേക്കു നിപതിക്കുന്ന മനുഷ്യാത്മാവലറുന്നു. അത്യഗാധതകളിലേക്കു തെറിച്ചുതെറിച്ചു വീഴുന്ന ജീപ്പിന്റെ തകർന്നടിയുന്ന ജൈവധാരകൾ അവരുടെ മുന്നിൽ, ചെകിട്ടിൽ, പഞ്ചേന്ദ്രിയങ്ങളിൽ പൊട്ടിച്ചിതറി. അടഞ്ഞ ചെകിട്ടിൽ ചൂളംകുത്തി, മനസ്സിരുട്ടിൽ മുങ്ങി മഞ്ചേർക്കർ പറഞ്ഞു.

ആ ജീപ്പു മറിഞ്ഞു.

എന്നലവന്നു ശബ്ദം നെഞ്ചിൽ തങ്ങി.

ചെക്ക്പോസ്റ്റിലെ അന്തിപ്പാറാവുകാരനുറക്കം ഞെട്ടി. അവൻ സാഹേബിനെത്തെരുവിച്ചു.

ആ ജീപ്പു മറിഞ്ഞു.

അശരീരി കേൾപ്പിച്ച ഹാൻഡ്സെറ്റ് എവിടെയാണെന്നറിയേണ്ടതെന്നറിയാതെ ബി.കെ. സിങ് പകച്ചുനിന്നു. അയാളുടെ കൺമുന്നിൽ നിമിഷങ്ങൾ മരിച്ചു.

എട്ട്

എവിടെ ഖഴുതകൾ?

കാത്തുനിന്ന് ശിവാനന്ദനു മടുത്തു. എപ്പോഴാണെത്തുകയെന്ന് ഗോമ്പ തെളിച്ചുപറഞ്ഞില്ല.

നൂറ്റമ്പതു കമ്പിളിപ്പുതപ്പുകൾ. കമ്പിളിപ്പുതപ്പുകളെന്ന് ശിവാനന്ദൻ ധരിക്കുന്നില്ല. മൂവായിരം രൂപ. ഒരു പട്ടി അറിയില്ല. മൂവായിരം തന്നെയല്ലേ? നൂറ്റമ്പത് ഗുണം ഇരുപത്. മനസ്സിൽ ഗുണിച്ച് വിരലുകളിൽ പൂജ്യം മടക്കി, മടങ്ങിയ വിരലുകളുടെ മുട്ടുകളെണ്ണി. മൂവായിരംതന്നെ. തന്നെ പെരുപ്പിച്ച് തടികുലുക്കി, മലകുലുക്കി ശിവാനന്ദൻ കാവാത്തു നടത്തി. ശിവനെന്നുതന്നെ പേരിട്ട മുത്തച്ഛൻ. മുത്തച്ഛന്നറിയാമായിരുന്നോ ഇതൊക്കെ? മുത്തച്ഛനെക്കണ്ട ഓർമ്മപോലുമില്ല. റോന്തുചുറ്റി, താണ്ഡവമാടി ശിവാനന്ദൻ വലഞ്ഞു.

എവിടെ ഖഴുതകൾ?

വഴിവിളക്കുകൾക്കു താഴെ വളഞ്ഞു പുളയുന്ന റോഡിലെങ്ങാനും കുളമ്പടികൾ കേൾക്കാനുണ്ടോ? ശെത്തംപോലുമില്ല. സിനിമ എപ്പോഴോ മുടിഞ്ഞു. കാണികളും കാവൽക്കാരുമുറങ്ങി. തെരുവുകളുറങ്ങി. ശിവാനന്ദന് ഉറക്കം വന്നില്ല. ഉറക്കം വരില്ല. എഴുപത്തഞ്ചു വൂളൻ സരായികൾ കാൽസരായികളെന്ന് ശിവാനന്ദൻ ധരിക്കുന്നില്ല. പാന്റ് സർജ് ബി.ഡി.

ബി.ഡി. മാനേ ബാറ്റിൽ ഡ്രസ്സ്.

ബാറ്റിൽമാനേ യുദ്ധം.

മാനേ മാനേ മാനേ... വാക്കിനുവാക്കിനു ചുവടുവെച്ച് അയാൾ ഡ്രിൽ പെരേഡ് നടത്തി. ഉടുക്കുകൊട്ടി ശിവൻ താണ്ഡവമാടി. താ...ണ്ഡ...വ...മാ...ടി. ഓരോ അക്ഷരത്തിന്നോരോ ചുവടുവെച്ച് കാലത്തെ കൊന്നു. ശിവാനന്ദൻ യുദ്ധം വിറ്റ് കാശാക്കി. യുദ്ധത്തെ കൊന്നു. അയാൾക്കു തണുത്തില്ല. ശിവനും തണുപ്പില്ല. ആനത്തോലിൽ രക്തം. അയാൾ കൈകൾ തിരുമ്മി. ആരുടെ രക്തം?

മാനേ മാനേ എന്നു പറഞ്ഞുകേട്ടിട്ടുള്ളതല്ലാതെ വാക്കിന്റെ പൊരുളറിയില്ല. മനനം ചെയ്യപ്പെടുന്നതെന്നും മറ്റും ധരിക്കാൻ ശീലിച്ചിട്ടില്ല. വണ്ടിയിൽ കിടക്കുന്ന സാധനങ്ങൾ വിറ്റ് മൗണ്ടൻക്വീനിലെ ഡബിൾ റൂമിൽവെച്ച് പണം മുൻകൂർ വാങ്ങുമ്പോൾ താൻ വിറ്റു മാറുന്നതെന്തെന്ന്. ആരെയെന്ന് അയാളോർത്തില്ല. മുന്നിൽ ടീപ്പായിമേൽ നൂറിന്റെ ഒരട്ടി നോട്ടുകൾ. ടീപ്പായിയുടെ വെണ്ണമിനുപ്പിൽ, അതിന്റെ കളറിൽ, ഒഴുക്കിൽ, വിരലോടിച്ചിരുന്നു. നോട്ടുകെട്ടിൽ തൊട്ടില്ല.

ഗോമ്പ പറഞ്ഞു.

എണ്ണിക്കോളൂ.

നൂറ് ഗുണം നൂറ് പതിനായിരമല്ലേ?

ശിവാനന്ദൻ പറഞ്ഞു.

മേജർ പ്രഭാകർ വന്നേക്കും.

ഗോമ്പ ചിരിച്ചു.

വരില്ല. സമയമെന്തായെന്നറിയാമോ?

ശിവാനന്ദൻ വാച്ചിൽ നോക്കി. ഗോമ്പ പറഞ്ഞു.

നാലിടത്താണ് ബ്ലാസ്റ്റിങ്ങ് നടന്നിട്ടുള്ളത്. സന്ധ്യയ്ക്ക്. ഗോമ്പയുടെ ആകെത്തുക കാണാൻ ശിവാനന്ദൻ നോക്കിയിരുന്നു. ഇവനാര്? ഗോത്രത്തലവൻ, ചീനക്കാരൻ, ശത്രു, മിത്രം, തിബത്തൻ? അസ്വസ്ഥമായ മനസ്സു മാറ്റാൻ ശിവാനന്ദൻ ചോദിച്ചു.

ഇതെന്താണ് മരം?

ടീപ്പോയിൽ കൈകളടിച്ച് ഗോമ്പ ചിരിച്ചു. യാത്രയ്ക്കിടയിലടഞ്ഞ ചെകുടുകൾ പെട്ടെന്നു തുറന്നു. ഒരടി കിട്ടിയപോലെ. താനൊരു നാദപ്രളയത്തിൽ മുങ്ങി. പതിനായിരം, പതിനായിരം... പണമെടുത്ത് ചതുരം നോക്കി. ജാക്കറ്റിനുള്ളിലിറക്കുമ്പോൾ ആ കെട്ടിൽ കൈലാസമുയർന്നു. ഗോമ്പ ചിരിച്ചു. അയാളുടെ കൃത്രിമദന്തങ്ങളിൽ മഞ്ഞ പൊലിഞ്ഞു. ആ പല്ലുകൾ പിഴുതെടുത്തു പഞ്ചലോഹമടക്കി കല്ലിടണം. നോക്കുമ്പോൾ കോട്ടിന്നടിയിൽ, തോൽബൽറ്റിൽ, വെള്ളിവാളുറ കണ്ടു. ചേരത്തലയല്ലേ? വിസ്കിയുടെ സുഗന്ധത്തിൽ പാമ്പിന്റെ വാടയഴിഞ്ഞു.

ശിവ്ദാ, ഞാനിപ്പോൾ പോകും.

വെള്ളക്കുതിരയെവിടെ?

കുതിരകളല്ല, കൺവോയ്. അറിയാമോ, ഞങ്ങൾക്കും കൺവോയുണ്ട്, കഴുതകൾ.

സുൽത്താന്റെ ജയിലറയിൽ തടവുകാരനായിരുന്നു മിഴിച്ചു, കുളമ്പടി കേൾക്കാതെ ഒരു യാമം കഴിഞ്ഞു. തടവുകാരനിരുന്നു ദഹിച്ചു. കുളമ്പടി കേൾക്കാതെ രണ്ടാം യാമം പുലർന്നു. യാമങ്ങൾ പുലർത്തി തടവുകാരൻ കാത്തിരുന്നു. പിന്നെ ഒരു ശബ്ദം, ഒരു താളം - കുളമ്പടിയുടെ താളം കേട്ട് അയാളെണീറ്റു. ജയ് ഭവാനി! താനൊരു ജയിലറയിലും പെട്ടിട്ടില്ല. വാളുറയെ പേടിക്കില്ല. നീയെന്നെ ചെമ്പെന്ന് കരുതിക്കോ.

നിലാവിൽ മങ്ങുന്ന വഴിവിളക്കുകൾ കണ്ണെത്താവുന്ന ദൂരത്തോളം നോക്കിക്കാണുമ്പോൾ ആ വിളക്കുകളിൽ കുളമ്പടികളുടെ താളം കണ്ടെത്തുമെന്നയാളാശിച്ചു. എന്നാലവ മിന്നിയതു ദൂരെ, ദൂരെ.

അവരെവിടന്നാണ് വരിക?

ആയിരം തവണ പതിനായിരം തവണ മേലും കീഴും നടന്നു. വണ്ടിയിലടുക്കിവെച്ച ക്ലോത്തിങ്ങിന്റെ പേരേട് പതിനായിരം വട്ടം മനക്കണക്കെടുത്തു. റോഡിലെങ്ങും കുളമ്പടിയില്ല. ഒരു തടവുകാരൻ... ജയ് ഭവാനീ! ജയ് ശിവജീ!

അയാളാകെ വിയർത്തിട്ടുണ്ടായിരുന്നു. കുളമ്പുകൾ നെഞ്ചിലടിക്കുന്നു. ഇനിയും മനക്കണക്കു വയ്യ. കണക്കിൽ പിശകില്ല. തനിക്കല്പം പരുങ്ങലുണ്ട്. എന്നാൽ ശിവാ, നിന്റെ മുത്തച്ഛൻ നിന്നോടു പറഞ്ഞിട്ടുണ്ടോ എപ്പഴെങ്കിലുമൊരിക്കൽ നീ പേടിക്കുമെന്ന്. ഒരൊറ്റ പട്ടിയെ പേടിക്കുന്നില്ല. അയാൾ നെഞ്ചിൽ പൊത്തി. ടപ് ടപ് ടപ് ടക്! താളം തെറ്റുന്നു. തമ്മിൽ നിരക്കാത്ത കാലൊച്ച പെരുത്ത് ആ വഴിയെ, റോഡിലൂടെ ആരാണ് വരുന്നത്? ടപ് ടക്! ബൂട്ടുകളുടെ താളം. റോഡിൽ ബൂട്ടുകൾ. നെഞ്ചിൽ ബൂട്ടുകൾ. എന്റെ മുത്തച്ഛാ, മുത്തച്ഛന്റെ പേരോർമ്മവന്നില്ല. തിരിഞ്ഞു നോക്കാതെ നടന്നു. സിനിമയുടെ തിരിവിൽ വിളക്ക്. മതിലോടുചേർന്ന്, മതിലോടമ്പി ശിവാനന്ദൻ നിന്നു. ടപ് ടക് ടപ് ടക്. നെഞ്ചുപൊത്തി മതിലിൽ ലയിച്ച് തന്നെ മറന്ന് താനില്ലാതായി അയാൾ നിന്നു. തന്റെ മുന്നിലൂടെ നടന്നുപോകുന്നതാരെന്ന് എത്ര മനസ്സിരുത്തിയിട്ടും മനസ്സിലായില്ല. മിലിട്ടറി പോലീസല്ല, മൂന്നുതരം. അതൊരു രൂപം. രണ്ടു രൂപങ്ങൾ. അതിലൊരു പുരുഷൻ, അയാളുടെ വേഷം, ഒരാഫീസർ. നിന്റെ പേരെന്ത്? എന്താണിവിടെ? നമ്പർ റാങ്ക്.. ഒരു ചുക്കുമില്ല. ഓഫീസറോടു ചേർന്ന് ഒരു പാവാട, അർദ്ധനാരീശ്വരൻ. തിബത്തൻ പാവാടയുടെ ഞെറികൾക്കു താഴെ അഴകുകൾ കടഞ്ഞെടുത്ത ദേവതാരത്തിന്റെ കണങ്കാലുകൾ. കാലുകൾ തുള്ളിത്തുള്ളി അവൾ തെള്ളിത്തെള്ളി ടപ് ടക് ടപ് ടക്! ആശയോടെ, നിരാശയോടെ അയാളൊരു കല്ലായി മതിലിലുറച്ചു. എന്റെ മുത്തച്ഛാ,

എന്നിട്ടും പേരോർമ്മ വന്നില്ല. താനിന്നേവരെ ഒരു പെണ്ണിനെ പിടിച്ചു ചേർത്തു നടന്നിട്ടില്ല. ഒരു താലിവെച്ച് ലൈസൻസെടുക്കാൻ - അയാളുടെ നെഞ്ചിൽ തട്ടും മുട്ടും കെട്ടിടമുയർത്തി. ശ്വാസം മുട്ടി. ഡെൻസോങ്ങ് സിനിമയുടെ വളവിൽ വഴിവിളക്കിന്നു താഴെ ഓഫീസറുടെ ദീർഘകായത്തിൽ വൂളൻ പാന്റിനു മേലെ കറുത്ത ലതർ ജർക്കനിങ്ങ് കൈ വരിഞ്ഞ് തിബത്തർ പാവാടയുടെ ഷഡ്പദം പാറിപ്പതറിയിറങ്ങുന്നത് തന്റെ നെഞ്ചിലേക്കാണെന്ന് അവളുടെ മുഴുത്ത കണങ്കാലുകൾ തഴുകി ഡ്രായിങ്ങ്റൂമിൽ - സെറ്റിയിൽ - എന്നാലൊന്നും വ്യക്തമല്ല. തെരുവുകൾക്കും മുളംകാടുകൾക്കും താഴെ അന്തിവിളക്കുകളുടെ തീനാളങ്ങൾ മാടി വിളിക്കുന്ന താവളങ്ങളിലെത്തി നോക്കാൻ വയ്യ. അതൊരു രഹസ്യം പോലെ. നീയെന്തറിഞ്ഞു? ഈ ജീവിതം നിഗൂഢരഹസ്യംപോലെ, നിന്നെ നീയറിയുന്നില്ല. പെട്ടെന്നയാളോർത്തു. കോരുട്ടി. തന്റെ മുത്തച്ഛൻ കോരുട്ടി മൂപ്പൻ! അയാൾ മതിലിൽ നിന്നടർന്നു.

തിബത്തരുടെ താവളത്തിൽ പട്ടാളക്കാർക്ക് പ്രവേശനമില്ല?

കോരുട്ടിമൂപ്പൻ ചോദിച്ചു.

നീ പേടിച്ചോ?

ഉവ്വ്.

എട ശപ്പേ. ഒരു പട്ടി അറിയില്ല.

തിരിഞ്ഞുനോക്കുമ്പോൾ വൺടണ്ണറില്ല. പെർഫെക്റ്റ് ക്യാമറ ഫ്ളാഷ്. ഇത്ര ധരിച്ചില്ല. വണ്ടി നിർത്തേണ്ടതെവിടെയാണെന്നുപോലും ഗോമ്പ മുമ്പേ കണ്ടുവെച്ചിട്ടുണ്ട്. നിലംപതിയോടടുക്കുമ്പോൾ ഉള്ളിലോട്ടെങ്ങുന്ന മതിൽ. നിലംപതിയിൽ വിരിച്ച കരിങ്കല്ലുകളോടു സല്ലപിച്ച് താഴെച്ചാടുന്ന ജലപ്രവാഹം. ജലപാതത്തിൽനിന്നുയരുന്ന ശീകരങ്ങൾ മൂടൽമഞ്ഞായുയർന്നു. പുതയുന്ന ധൂമവലയം. ധൂമവലയത്തിന്റെ പ്രഹേളികയിൽ വൺടണ്ണർ മുങ്ങുന്നു. മതിലിന്റെ പള്ളയിൽ, കരിങ്കല്ലുകളുടെ ചാരത്തിൽ, താർപായിട്ടുമൂടിയ വണ്ടി അവിടെത്തന്നെയുണ്ടെന്നുറപ്പിക്കാൻ ശിവാനന്ദൻ തൊട്ടുനോക്കി. വിരലുകൾ പൊള്ളി.

കുളിരോ!

തനിക്കാണോ വണ്ടിക്കാണോ കുളിരുന്നതെന്ന് ശിവാനന്ദനറിഞ്ഞുകൂടാ. മനുഷ്യരായാൽ ചങ്കുവേണം. ചങ്കിലൊത്തിരി ചോര വേണം. പിന്നെന്തരു കുളിര്!

അപ്പോഴൊരു വെളിച്ചം മുകളിൽ വിളറിവീശി. അതിന്റെ മൂർച്ച കാണെക്കാണെ വളർന്ന് അത് പെട്ടെന്നൊരു വജ്രദീപ്തിയായി മൗണ്ടൻകിനിന്നു മുന്നിൽ വളവുതിരിഞ്ഞ്, തകരപ്പലകയുടെ ബോഡിൽ ആൾ നൈറ്റ് ബാറെന്നയാൾ വായിച്ചു. വളവുതിരിയുന്ന വാഹനം ചവിട്ടുപടിയിൽ നിൽക്കാമെന്നാശിച്ചു. അയാളുടെ നേരെ അയാളുടെ കണ്ണുകളിൽ നിർദ്ദയം

കുത്തിയിറങ്ങി. അയാളെ അന്ധനാക്കി, അയാളെ ബധിരനാക്കി. വെളിച്ച മൊരു ജീപ്പായി, മേജർ പ്രഭാകർ വന്നോ?

വന്നോ?

മോട്ടോറിന്റെ മുഴക്കം കേട്ട് ശോഭ പറന്നെത്തി. മുഴക്കം ഒരു രക്ത ചക്ഷുസ്സായി അവളുടെ ഹൃദയം പിഴുതു. ഒരപഭ്രംശംപോലെ അവളാ വാതിൽക്കൽ നിന്നു.

മുപ്പതു കിലോമീറ്റർ, എത്ര സമയമെടുക്കും?

മാർവാഡിയുറക്കം നടിച്ചു. കൗണ്ടറിൽ തട്ടുന്ന തുടുത്ത വിരൽത്തുമ്പു കളിൽ അയാൾ ചമ്പകമൊട്ടുകൾ കണ്ടു.

മുപ്പതു കിലോമീറ്റർ.

മാഡം, ഞാനെങ്ങനെ പറയും, ഖണ്ഡിതമായി?

ഒരു റോഡ്മാപ്പില്ലിവിടെ, എന്തൊരു ടൂറിസ്റ്റ് ഹോം!

ബിസിനസ്സിനെ ബാധിക്കുന്നതുകൊണ്ടാവാം സ്റ്റൂളിലൊന്നു തിരിഞ്ഞ് മാർവാഡി കോട്ടുവായിട്ടു.

റോഡിന്റെ കാര്യമറിയാനാണോ, ചോദിക്കാം, ഒരു സെക്കന്റ്.

അയാളുടെ നേരെ നെഞ്ചിലൂടെ നെറുകയിലേക്ക്. ശിവാനന്ദൻ ശിരസ്സു പൊത്തി. തന്റെ തലയിൽ, നെഞ്ചിൽ, ജീപ്പുനിന്നു. ജീപ്പിന്ന് ചുവന്ന അരഞ്ഞാണില്ല. മിലിറ്ററി പോലീസില്ല, കാക്കിയുടുപ്പല്ല, സിക്കിം പോലീ സല്ല. ഇറങ്ങിവന്നതൊരു സാന്റൊ. അവനു വട്ടമുഖം ഗുസ്തിക്കാരണോ?

സാന്റോ ചോദിച്ചു.

താങ്കളിവിടെ എത്ര നേരമായി?

സമയം കണക്കുകൂട്ടുംപോലെ, മാനം നോക്കി, എന്താണിവന്റെ ഭാവ മെന്നായിരുന്നു. ചിന്തയിൽ സാന്റോവിന്നു തിടുക്കം.

ഇതിലേ രണ്ടുപേർ പോയോ?

തനിക്കു കേൾക്കാം. തനിക്കു മനസ്സിലാകുന്നു. എന്നാൽ വാക്കുകളില്ല. വിക്കൽ.

സാന്റോ തിരക്കി.

ഒരു പുരുഷനും ഒരു സ്ത്രീയും?

പോയി.

ഞാൻ തന്നെയാണ് ശബ്ദിച്ചതെന്ന് ശിവാനന്ദന്ന് വിശ്വാസമായില്ല.

എത്ര സമയമായി?

കുറച്ചായി.

താങ്ക്യൂ.

സാന്റോ ജീപ്പിൽ തിരോഭവിച്ച്, തന്റെ മുന്നിൽനിന്ന് ജീപ്പ് തിരോഭവിച്ച്, താനൊറ്റയ്ക്കായി, സുരക്ഷിതനായി. എന്റെ മുത്തച്ഛാ, രക്ഷപ്പെടുമോ? നെറുംതല പൊത്തി തണുത്തുറഞ്ഞ ടെയിൻബോഡിൽ ചാരി അന്ത്യത്തിനുവേണ്ടി, വിധിയെ പ്രതീക്ഷിച്ച് ക്രൂശിക്കപ്പെട്ടവനെപ്പോലെ ശിവാനന്ദൻ താനെ മലർന്നു. ചെകിടുകളടഞ്ഞ്, കാഴ്ച നശിച്ച് ഗോമ്പയെ ശപിച്ച് കൺവോയിയെ ശപിച്ച്, അയാൾ ക്രൂശിക്കപ്പെട്ടു കിടന്നു.

നീയോ ശിവൻ, ഭൂതഗണാധിനാഥൻ? ആരാണതെന്നു ചോദിക്കാൻ നിന്നെക്കൊണ്ടായില്ല.

കോരുട്ടിമൂപ്പന്റെ വിളികേട്ടു.

ഡേ ശപ്പാ!

ശിവാനന്ദന്നു കുളിരില്ല.

ശിവാനന്ദന്നു ചൂടില്ല.

വിയർത്തിട്ടുണ്ടായിരുന്നു.

കോരുട്ടിമൂപ്പൻ ചെകിട്ടിൽ മന്ത്രിച്ചു.

കിട്ടിയാൽ ഒരാന.

പോയാലോ?

മൂപ്പൻ പറഞ്ഞു.

പോകാനൊരു കളി നീ കളിക്കത്തില്ല.

ആ നിൽപ്പിൽ അയാളുറങ്ങി.

ഒൻപത്

താഴ്വരയിലേക്ക് മറിഞ്ഞ് ജീപ്പ് തകർന്നു തെറിക്കുന്ന ആരവം അത്താഴത്തിന്റെ ലഹരിയിറക്കി. ഒരു പറ്റം ടോർച്ചുകൾ നിലാവിനെ ചീന്തിയടർത്തി മലയിറങ്ങിവന്നു. റോഡിലെമ്പാടും ടോർച്ചുകൾ മത്സരിക്കുകയായിരുന്നു. ഇതാ കണ്ടു, ഇതാണ് വീലിന്റെ അടയാളം. ഇവിടെ മറിഞ്ഞിട്ടില്ല, നാലു വീലും പതിഞ്ഞിട്ടുണ്ട്. വീലുകൾ വളവുതിരിഞ്ഞു തിരിയുമ്പോളോരം തെറ്റി. കണ്ടോ, ഇവിടെയാണ് മറിഞ്ഞത്.

നിലാവിൽ നിലമറിഞ്ഞില്ല.

നിലാവുറയുന്ന പാതാളം റോഡിലേക്കേന്തിപ്പതഞ്ഞു. ടോർച്ചുകളെല്ലാം പിന്നാക്കം ഓരംചാരി നടുങ്ങി. റോഡിന്റെ തെറ്റിൽ ടോർച്ചിന്റെ സാന്ദ്രധാരയിലൂടെ ആയിരം താമരനൂലിറക്കി മരണത്തിന്റെ കിഴ്ക്കാംതൂക്കളന്ന് രാജൻ നിന്നു.

മഞ്ചേർക്കർ പറഞ്ഞു.

നിനക്കു തലചുറ്റും.

തലചുറ്റുകയായിരുന്നു.

സ്നോബൂട്ടുകളിൽ തത്തിച്ചാടി ഹരിഹരൻപിള്ള വന്നു. നെഞ്ചിൽ കൈവെച്ച് ഒന്നു കിതയ്ക്കാൻ മറന്ന് കിഴവൻ പറഞ്ഞു.

മേജർ സാഹേബാഡെ, താഴെ.

അതേയോ?

ഒരു ഡയലോഗിന്നുവേണ്ടി വട്ടം കൂട്ടുന്ന ഷണ്ഡരെ നോക്കി പിള്ള ചോദിച്ചു.

ആമ്പില്ലാരുണ്ടോഡെ, ഇവിടെ?

സാറെന്തു പറഞ്ഞു, നമ്മുടെ സാഹേബാണോ, അതെങ്ങനെ യറിഞ്ഞു?

ആമ്പിള്ളാരുണ്ടെങ്കി, ഇപ്പ ഇറങ്ങണം.

രാജൻ പറഞ്ഞു.

കയറുകെട്ടി ഇറങ്ങണം.

കയറെടുക്കാനോടി. ഓടാനാകാതെ സാപ്ടെ നിന്നു. പിള്ള തിറമ്പി.

വേഗം.

നെഞ്ചുപിടിച്ച് സാപ്ടെ മലകയറി. അവന്റെ ശ്വാസകോശങ്ങൾ ജീവ വായുവിലല്ലാതെ കിതച്ചു. നെഞ്ചുപൊരിഞ്ഞു. അവന്നുതോന്നി. ഈ വഴി അനന്തം. അവൻ നടാടെ തോൽക്കുന്നു. അവന്നു തല ചുറ്റുന്നു.

വേഗം വേഗം.

ലാഷിങ്ങ്റോപ്പ് അരയിൽ കെട്ടാൻ എച്ചിക്കൈ പാന്റിൽ തുടയ്ക്കു മ്പോൾ മഞ്ചേർക്കർക്കോർമ്മ വന്നു. അരിയൊടുങ്ങിയിട്ടില്ല. ഉണ്ടപാത്രം തന്നെക്കാത്തു കിടക്കുന്നു. പാത്രം കഴുകാൻ, ഇറങ്ങിയതാണമ്മ. ആ തളിക കുളക്കടവിൽ ചാരംകാത്തു കിടന്നു. അമ്മ കുളത്തിൽ, തവള ക്കൂറിൽ, ഇതൊരു കുളമല്ല, കടലും സാഗരവുമല്ല, പ്രളയപയോധി പാതാളം. ലാഷിങ്ങ്റോപ്പല്ല, വാസുകി. അരയിൽ കെട്ടുമ്പോളവന്നു തോന്നി, വളകിലുങ്ങിയെന്ന്. അവളത്താഴം വിളമ്പുകയാവും, അച്ഛന്ന്. അച്ഛൻ നെടു വീർപ്പിടുന്നുണ്ട്. അച്ഛൻ മകനെക്കുറിച്ചോർത്തോ, അമ്മയെ ഓർത്തോ?

അവന്നു താഴെ മരണം.

മുകളിൽ.

മുകളിലെന്നല്ല തന്റെ ആലോചനകളെക്കുറിച്ചാണോർത്തത്. പെട്ടെന്ന് ആ ജീവിതത്തിന്റെ പൊരുൾ മഞ്ചേർക്കർക്കു മനസ്സിലായി. പ്രിയപ്പെട്ട വരെച്ചൊല്ലിയുള്ള വേവലാതികളോടെ ജീവിതമൊടുങ്ങുന്നു. ജീവിതമൊ ടുങ്ങുകയില്ല. അമ്മ ഇപ്പോഴും തവളക്കൂറിട്ടുകിടക്കുന്നു. അച്ഛൻ ഉണ്ണാനി രിക്കുന്നു.

ഹിമാലയം

മനുഷ്യൻ നാനാമണ്ഡലങ്ങളിൽ ജീവിക്കുന്നു. ഓർബിറ്ററുകളിൽ പ്രിയപ്പെട്ടവർ കറങ്ങുന്നു. നോക്കൂ, എനിക്കിപ്പോൾ നിങ്ങളെയൊക്കെ കാണാം. ഒരു പൊട്ടോ പൊടിയോ ശേഷിക്കാതെ ഒടുക്കത്തെ റൊട്ടിത്തുണ്ടാൽ തളിക തുടച്ച് ഭക്ഷണം എച്ചിലാക്കാതെ ഉണ്ടെണീക്കുന്ന അച്ഛനെ ധ്യാനിച്ച് വളകിലുങ്ങുന്ന കൈകളുടെ ശക്തി ആവാഹിച്ചെടുത്ത് അരയിൽ കെട്ടിയ കയറിൽ തൂങ്ങിയിറങ്ങുമ്പോൾ എത്തിപ്പെട്ട പാറക്കെട്ടുകളിൽ ചവിട്ടുറപ്പിച്ച് മഞ്ചേർക്കർ ടോർച്ചടിച്ചുനോക്കി. പ്ലാസ്റ്റിക് ടോർച്ചിന്ന് ചുവന്ന പരിവേഷമുണ്ടായിരുന്നു.

അച്ഛൻ പറഞ്ഞു.

ഈ മണ്ണ് എന്നെ തീറ്റിപ്പോറ്റുന്നു. ഞാൻ കൃഷീവലൻ. ഇനിയൊരുനാൾ ഞാനീ മണ്ണിനു തീറ്റയായിത്തീരുന്നു.

ചവിട്ടുറപ്പിക്കാൻ മണ്ണെവിടെ? മഞ്ചേർക്കർ ഓർക്കുന്നു. ഭൂമിയെന്നാലെന്തെന്ന് അവന്നുണ്ടായിരുന്ന ധാരണകൾ പൊള്ള. അവൻ ശൂന്യതയിൽ, കയറിൽ തൂങ്ങിയിറങ്ങുന്നു. അവന്റെ പിമ്പെ സാപ്ടെ. അവന്റെ കൈയിൽ നീല ടോർച്ചും.

റോഡിൽ ബഹളം, മത്സരം.

ഞാനുമൊരാണല്ലേ?

ഹരിഹരൻപിള്ള ശരിവെച്ചു.

എന്റെ കമ്പനി ശിങ്കം. റാവു, നീയൊരു ശിങ്കക്കുട്ടി.

സഞ്ജീവറാവു പറഞ്ഞു.

ഹരിഹരഗാരു, ഞാനുമിറങ്ങും.

കാലനെറിഞ്ഞ കുരുക്കിൽ അരക്കെട്ടു ഞെരിഞ്ഞു. അതിൽനിന്നൊഴിയാൻ മുതലക്കൂപ്പുകുത്തി നിലാവിലൂടെ, ആകാശങ്ങളിലൂടെ, കരണംകുത്തി പതിനാറു മലക്കം മറിഞ്ഞ് എന്നിട്ടും നിലംതഞ്ചാതെ പ്രഭാകർ പാതാളത്തിലെത്തി. ഞാനെവിടെ, ഭൂമിയെവിടെ? ഇമയൊതുക്കി, ശ്വാസമൊതുക്കി കിടക്കുകയായിരുന്നു. വേദനകളുടെ പരിവാഹം, രക്തപരിവാഹം നിൽക്കുന്നു. മരിക്കുകയാണോ? അടഞ്ഞ കണ്ണുകളിൽ നിലാവു ചുവന്നു. നിറനിലാവിന്റെ വെണ്മയിലേക്കു കണ്ണൊന്നു മിഴിക്കാൻ ഇനി സാധിക്കില്ല. നിലാവ് മുകളിൽ, റോഡിൽ തങ്ങി. ജീപ്പെവിടെ? വീലിൽ വിറച്ച കൈ എവിടെ? എന്റെ കാലുകൾ എവിടെ? അവയവങ്ങൾ വേദനയായി എല്ലാ വേദനകളും ചേർന്ന് മനസ്സിലെരിഞ്ഞു. ഒരു കാന്തപ്രസരം. ലോഹധൂളികൾ. വേദനകൾ രാവി ലോഹധൂളികൾ ഉതിർത്തു. അവയവങ്ങൾ വലിഞ്ഞ്, കാന്തപ്രസരത്തിൽ പെട്ട് എല്ലാമൊരു കേന്ദ്രബിന്ദുവിൽ വേദനകളുടെ രക്തബിന്ദുവിലേക്കൊതുങ്ങി. അവിടെ ആത്മാവു പൊരിഞ്ഞു. നനച്ച വെള്ളരിയുടെ ഒരുരുളയായി കൈകാലുകളും കഴുത്തും വായും ഞെക്കിത്തുറുപ്പിച്ചൊരു പിണ്ഡമായി കറുകനാമ്പിൽനിന്നിറ്റുവീഴുന്ന ശ്രാദ്ധ

ജലം ദാഹിച്ച് അയാളവിടെ കിടന്നു. ജീവമൃതികളുടെ കല്ലോലങ്ങൾ ആ പിണ്ഡത്തെത്തൊട്ടു തലോടി. ഒരു കാക്കയുടെ വരവും കാത്ത് കല്ലോലങ്ങളിലലിഞ്ഞുമുറഞ്ഞും കിടക്കുമ്പോൾ പ്രഭാകർ രണ്ടു കണ്ണുകൾ കണ്ടു.

മേജർ ശശിധരനും ബി.കെ. സിങ്ങും വന്നു. ശശിധരൻ ചോദിച്ചു.

എത്രപേരിറങ്ങി?

രണ്ടുപേർ.

രണ്ടുപേരെക്കൊണ്ടാവില്ല.

സഞ്ജീവറാവു പറഞ്ഞു.

ഞാനിറങ്ങാം.

ശശിധരൻ പറഞ്ഞു.

ഒരു പക്ഷേ, സിഗ്നൽക്കമ്പനിയെക്കൊണ്ടാവില്ല.

കാലിലെ വ്രണങ്ങൾ മനസ്സിൽ നൊന്ത് ഹരിഹരൻപിള്ള വിറച്ചു. നരച്ച മേൽമീശ നരച്ചു. എന്റെ കമ്പനിയിൽ ആമ്പിള്ളാരുണ്ട്.

ശശിധരൻ തുടരുകയാണ്. ഒരുത്തന്റെ പേരിൽ സിഗ്നൽകമ്പനിയെ മുഴുവൻ കുരുതികൊടുക്കാൻ വയ്യ, തിബത്തരെ ഇറക്കണം. ഒരു കണ്ണല്പം മടച്ച് ഒരു കണ്ണു തുറന്ന് അടഞ്ഞ കണ്ണിമകൾ വിറച്ചു ശശിധരൻ ചോദിച്ചു.

തിബത്തരെ വിളിക്കാനാര് പോകും?

ചന്ദ്രമോഹൻ പോയി. ഒരിടത്തും പോകേണ്ട. എച്ചിലെടുക്കാൻവന്ന തിബത്തൻ ലങ്കറിലുണ്ടായിരുന്നു. പടവുകൾ കയറുമ്പോൾ അവന്റെ മനസ്സിൽ ജീപ്പിന്റെ അവശിഷ്ടങ്ങളായിരുന്നു. നാലു വീലുകൾ. പുത്തൻ. മറിഞ്ഞ വണ്ടികളുടേതായി കേടുതട്ടാതെ കിട്ടുക. വീലുകൾ മാത്രം.

ശരറാന്തലുകളെടുത്ത് തിബത്തൻ വന്നു. അവരിറങ്ങിത്തിരിഞ്ഞു.

ശശിധരൻ ധ്യാനിച്ചു.

ഭോലാ.

ഭോല എന്നാൽ ശുദ്ധൻ. അവന്ന് പകയോ വിദ്വേഷമോ ഇല്ല. പ്രഭാകർ സുഹൃത്തായിരുന്നു. കോമളൻ. അവൻ ശോഭയുടെ സ്നേഹിതനായിരുന്നു. സൗഹൃദത്തിന്റെ രസതന്ത്രത്തിൽ... അയാളാശിച്ച പദം രാസയോഗമെന്നോ രാസപരിണാമമെന്നോ ആയിരുന്നു. സൗഹൃദം വരുത്തിവെച്ച പരിണാമം, അന്തിമപരിണാമം–

മരണം!

പ്രഭാകർ മരിച്ചിട്ടില്ലെന്ന് തീരഞ്ചും കല്പിച്ച് കീഴ്ക്കാംതൂക്കിൽനിന്ന് ശശിധരൻ കീഴോട്ടുനോക്കി. പ്രഭു, നീയെവിടെ? എന്റെ നിശ്വാസം വേണോ, ജീവൻ വേണോ. എനിക്കൊരു ജീവൻ തിരികെത്തരണം. നിന്റെ നൃത്തം ഞാൻ കാണാം. നിന്റെ കൈകളിലൊതുങ്ങി നിന്റെ പാദങ്ങളുടെ

താളത്തിൽ അവളൊന്നു നൃത്തംവെച്ചാൽ എന്തൊരു രാസയോഗമാണ് സംഭവിക്കുക? യാതൊന്നുമില്ല. ഞാനറിയുന്നു. നിങ്ങൾ ചങ്ങാതിമാർ. ജീവത്പ്രസരം ഓക്സിജനെങ്കിൽ ഞാനതുതരാം. രക്തമെങ്കിൽ ഞാന തൊഴുക്കാം. പ്രഭു കയറിവരൂ.

പ്രഭാകർ കാലന്റെ കണ്ണുകൾ കണ്ടു. രണ്ടു കണ്ണുകൾ. തന്നെത്തേടി ആ കണ്ണികളിറങ്ങിവരുന്നു. ഒരു കണ്ണിൽ രക്തശലാകകൾ, ഒരു കണ്ണിൽ നീലശലാകകൾ. കണ്ണു തുറന്നാലറിയാം. ഇതിലേതു മൃത്യു, ഇതിലേതു ജീവൻ? അവ ഇറങ്ങിവരുന്നു. അവയുടെ പിന്നിൽ പരിവാരങ്ങൾ.

ഓഹോഹോ!

എവിടെ പഹയൻ?

അവരുടെ പിമ്പേ കയറിഴയുന്നു. കയറാടുന്നു. എന്നെത്തൊട്ടു. എന്നെ ക്കെട്ടി. രണ്ടു കണ്ണുകൾ രക്തശലാകകൾ, നീലശലാകകൾ. അവയുടെ ദീപധാരകൾ, തന്നെ പിളരുന്നു. പിളരും മുമ്പ് കണ്ണുകളിറുചിമ്മി നിർവ്വേദ ത്തിന്റെ ശാശ്വതശിശിരത്തിലേക്ക് അയാൾ സ്വയം സമർപ്പിച്ചു.

പടവുകൾ കയറി പാതാളങ്ങളിൽനിന്ന് ഒരു വാക്കുമാത്രം റോഡി ലലച്ചു.

സ്ട്രച്ചർ.

സ്ട്രച്ചർ വേണം. ഇപ്പോൾ വേണ്ടതൊരു കോപ്റ്ററാണെന്ന് ശശിധരൻ പെട്ടെന്നോർത്തു. അതിന്റെ പങ്കകളലറുന്നു.

വേഗം വേഗം വേഗം.

ചെക്ക്പോസ്റ്റിലെത്തി ടെലഫോണിലലച്ച് ശശിധരൻ ലെയിസൺ ഓഫീസറെ വിളിച്ചു.

ലെയിസൺ ഓഫീസർ ചോദിച്ചു.

ഇന്നേരത്തോ?

ഇൻ എ സെക്കന്റ്. ജീവന്നുവേണ്ടി....

തണുത്തമട്ടിൽ ലെയിസൺ ഓഫീസർ കാര്യം പറഞ്ഞു.

മാൻ, സെൻഡ് ഹിം. ഇൻ ആൻ ആംബുലൻസ്.

മേജർ മൗത്പീസിലേക്കലറി.

നൗ! ഉടനെ ഹെലികോപ്റ്റർ വരണം. ഒരു ജീവൻ. ഒരോഫീസറുടെ ജീവൻ....

ടോർച്ചിന്റെ ശോണദീപ്തിയിൽ മഞ്ചേർക്കർ തൊട്ടുനോക്കി. രക്തം. മറ്റൊന്നും കാണാൻ വയ്യ. അവൻ വിറച്ചുപോയി. സാഹേബെവിടെ, സാഹേബിനെക്കാണാൻ തന്റെ കണ്ണുകളെവിടെ?

സാപ്ടെ ചോദിച്ചു.

ചൂടാറിയോ?

പത്ത്

ഉറക്കമാണോ?

അല്ല.

ഉണർന്നിട്ടുണ്ടോ?

ഇല്ല.

മരിച്ചുപോയോ?

കാർത്തികയ്ക്കു പൊത്തിരുത്തില്ലാതായി. മാനേജരെ വിളിക്കണോ?

മാനേജർ ശാസിച്ചു.

പറഞ്ഞതനുസരിക്കണം. നിന്നെക്കൊണ്ടാവില്ലെങ്കിൽ, വാതിലതാ തുറന്നുകിടക്കുന്നു. നിനക്കിറങ്ങിത്തെണ്ടാം-

കാർത്തിക വിളിച്ചു.

ഡാലിങ്ങ്.

പതിവുകാരെ സംബോധനചെയ്യാൻ തന്നെ പഠിപ്പിച്ച ഒറ്റവാക്കിൽ അവൾ സഹോദരനേയും പിതാവിനേയും പ്രേതത്തേയും വിളിക്കുന്നു.

തോമസൊന്നു ഞരങ്ങി.

കർത്താവേ!

എന്നെ വിളിച്ചുവോ?

നേപ്പാളി പെൺകിടാവ് പകച്ചുപോയി. കാർത്തിക!

ഉറക്കത്തിൽ അവൻ കരയുകയായിരുന്നു. ഡാലിങ്ങ്, നീയൊരു ദേവതയോളം ശുദ്ധ! അവൾ കണ്ണുനീർ തുടച്ചെടുത്തു. എന്നിട്ടും അവളുടെ ഡാലിങ്ങ് കൺമിഴിച്ചില്ല. എത്ര വിളിച്ചിട്ടും എത്ര തുടച്ചിട്ടും അവനുണർന്നില്ല. ഇവനെ നല്ലൊരു പേരെടുത്തു വിളിക്കണം. അവൾ പേരിട്ടു. നിധി, നിധി, നീയുണരുന്നില്ലേ, ഞാൻ വിളിച്ചതു കേട്ടില്ലേ?

ഒരു രാവിന്നു കിട്ടിയതാകുന്നു ഈ നിധി. തന്റെ നിശാജീവിതത്തിൽ ഈ സൗഭാഗ്യം അവർക്കു പുത്തനായിരുന്നു. ഒരു നിധി കാവൽ.

ഇവനെ കുളിപ്പിക്കുക.

അവൾ കുളിപ്പിച്ചു. അവന്റെ ഉടുപ്പുകളഴിച്ചുവാങ്ങി കുടഞ്ഞ് ബ്രഷ് ചെയ്തു മടക്കിവെച്ചു. വല്ല ജലദോഷമോ മറ്റോ പിടിക്കാതിരിക്കട്ടെ എന്നാശിച്ച് കുളിച്ച ഉടനെ അവളന്നൊരു സ്മാൾ പകർന്നുകൊടുത്തു. അവന്നിനിയും വേണം. ഓരോ തവണ ഗ്ലാസ്സ് പകരുമ്പോഴും അവൻ ആൾ മാറുകയാണുണ്ടായത്. കള്ളക്കളിയാണെന്ന് ആദ്യമാദ്യം അവളാശിച്ചു. പിന്നെപ്പിന്നെ ജീവസ്സുറ്റപോകുന്ന അവന്റെ കണ്ണുകൾ ഒരമ്മയെത്തേടുന്ന ദാഹത്തോടെ അവളുടെ കണ്ണുകളിൽ വീണുഴറി. അപ്പോൾ അവന്ന്

കൺമണികളുണ്ടായിരുന്നു. പിന്നെ ഇമയുറങ്ങിയ കണ്ണുകളിൽ കൺമണികൾ കലങ്ങി. അവൾക്കു പൊത്തിരുത്തില്ലാതായി. എന്നാൽ മാനേജർ ശാസിച്ചു.

അവനെ സൂക്ഷിക്കുക.

അവൾ സൂക്ഷിക്കുന്നു. അവനുണരുന്നില്ല. ഇതവളുടെ വയറ്റുപ്പിഴപ്പാകുന്നു. എന്നുവെച്ച്...

അവൾ ഞെട്ടിപ്പോയി.

എന്നുവച്ച് ഒരു കൊലപാതകത്തിന്നരുനിൽക്കാൻ തന്നെക്കൊണ്ടാവില്ല.

അവളിരുന്നു തുയിലുണർത്തി. അവന്റെ കണ്ണുകൾ തന്നെക്കണ്ടറിയും വരെ അവളിരുന്നു തുയിലുണർത്തി. കോമൺറൂമിൽ സംഗീതമുയർന്നു. നന്മനിറഞ്ഞോരമ്മേ, തോമസ്സിന്നു താളമുണർന്നില്ല. അവൾ കൂടെപ്പാടുന്നില്ല. നിരപ്പലകയുടെ വിളുമ്പുകളിലൂടെ ചീന്തിവരുന്ന നൃത്തസംഗീതത്തിൽ തെറിക്കുന്ന ചുവടുകളുടെ താളക്രമത്തിൽ മനസ്സുറച്ചില്ല. പാതി മയക്കത്തിലും പഴയ പ്രാർത്ഥനാഗീതം തളർന്ന ചുണ്ടുകളിൽ ചിറകൊടിഞ്ഞുകിടന്നു.

നന്മനിറഞ്ഞോരമ്മേ–

അവൾക്കൊന്നും മനസ്സിലായില്ല. അറിയാവുന്ന ഒരേ വാക്കിൽ അവൾ വീണ്ടും വിളിച്ചു.

ഡാലിങ്!

പൊന്നമ്മയാണോ?

പെണ്ണായി പിറന്നതെന്തും പൊന്നമ്മ! അവന്റെ കണ്ണുകളിൽ അരിശം പൊരിഞ്ഞു. ഒരു യാത്ര മുഴുക്കെ താനുരുവിട്ടുറപ്പിച്ച ലൗകികപ്രമാണം ചിറകും നഖവും പരത്തുന്നു.

ഭൂമിയിൽ വിവാഹം വ്യഭിചാരം!

അവൻ തന്നത്താൻ ശപിച്ചു. പിഴച്ചവൻ ഞാൻ തന്നെ! അവനെണീറ്റു പായണം. എണീക്കാനുള്ള തിടുക്കത്തിൽ അവനാകെത്തളർന്നു. എനിക്കെണീക്കാനും വയ്യേ? ഞാനെവിടെ? ഞാനെന്താണു ചെയ്യുന്നത്? എല്ലാ പാപങ്ങളും പൊറുക്കുന്ന താനെന്നോ മറന്നുപോയ ത്ര്യക്ഷരി അവന്റെ നാക്കിലുണർന്നു.

കർത്താവേ!

എന്തേ ഡാലിങ്ങ്, എന്തേ?

ഇവൾ എന്റെ പെമ്പിള....

ഡാലിങ്, ഒരിക്കൽക്കൂടെ വിളിക്കൂ. ഞാൻ കാർത്തികയാകുന്നു. കാർത്തികാദേവി. എന്റെ മാതാപിതാക്കൾ സന്ദർശകരുടെ ചുമടെടുത്തു

പുലരുന്നു. ഹേമന്തത്തിൽ സന്ദർശകർ വരുന്നില്ല. അപ്പോൾ ഞങ്ങളുടെ ഉപജീവനം ഞാൻ തേടണം. ഡാലിങ്, എനിക്കവിടെ തൊഴിലായി. അതോടെ എനിക്കു പേരില്ലാതായി. ഞാൻ കാഞ്ചി. എന്റെ പതിവുകാർക്കും പേരില്ല. സർവ്വരും ഡാലിങ്ങ്. എന്നാലിപ്പോൾ എനിക്കോർമ്മവരുന്നു. ഞാൻ കാർത്തികയാകുന്നു. കാർത്തികാദേവി.

അവളുടെ കഥ തോമസ്സിനെ ഉണർത്തി. അവൾ ഒരു ദേവി, ദേവത പൊന്നമ്മയെന്ന മാലാഖ! അന്നേവരെ കേട്ടുകേൾവിപോലുമില്ലാത്ത ഒരു നേപ്പാളി പെൺകിടാവിൽ അവൻ പൊന്നമ്മയെ നേരിൽ കണ്ടു നടുങ്ങി. ആരോരുമില്ലാത്തൊരു പെൺകൊച്ചിനെ കൊണ്ടുവന്ന് താനെന്താണ് ചെയ്തതെന്നോർക്കുമ്പോൾ–

എന്നും പിഴച്ചവൻ ഞാൻ തന്നെ!

ഒന്നുകൂടേ കാർത്തികയെന്നു വിളിക്കൂ.

കുട്ടീ, ഞാൻ പോകട്ടെ.

നീ വീഴും. എന്നെ പിടിച്ചോളൂ. അല്പം കൂടെ കിടക്കൂ.

നന്മനിറഞ്ഞോരമ്മേ–

പൊന്നമ്മേ, കന്നിയമ്മേ!

പാട്ടുപാടി അവൻ നടന്നു. അവൾ വാതിൽക്കൽ നിന്നു തടുത്തു.

പോകല്ലേ ഡാലിങ്, നീയിപ്പോൾ പോകരുത്. നീ എന്റെ നിധിയല്ലേ, എന്റെ ഉപജീവനമല്ലേ....

ഉതിർന്നുവീഴുന്ന മുത്തുകൾ പെറുക്കാൻ അവന്റെ വിരലുകൾ കൺതടങ്ങളിലരിച്ചു. അമ്പിളിക്കലയോളം വിരിയുന്ന കണ്ണിന്റെ നീല നഖ ക്ഷതങ്ങളിൽ അവൻ സ്വർഗ്ഗകവാടം കണ്ടു.

പതിനൊന്ന്

ഡുപ്പെന്നു ഹൃദയം നിന്നു. ശിവാനന്ദൻ കുളമ്പടി കേട്ടില്ല. സിനിമ ത്തിരിവിൽ കൺവോയെത്തി. നിമിഷം നിന്നു. തന്റെ പതിനായിരവും വൺടണ്ണറും മറന്ന് അയാൾ നെഞ്ചിൽ പൊത്തി. ഹൃദയം തെള്ളുന്നു. പിടിച്ചു നിർത്താൻ പൊത്തിയ കൈകൾക്കാവുന്നില്ല.

കഴുതകളല്ല.

യാക്കുകൾ വന്നു. യാക്കുകൾക്കിടയിൽ തിബത്തർ വന്നു. അവർ വണ്ടിക്കെതിരെ നിന്നു.

വെള്ളക്കുതിര കുളമ്പിട്ടടിച്ചെത്തി.

ടക്!

ടെയിൽബോഡ് തുറന്നു. മൃഗങ്ങളുടെ നിശ്വാസത്തിൽ രാവിന്റെ നിശ്ശബ്ദത കിതച്ചു. അതിന്റെ ദുസ്സഹദൃശ്യം യാക്കുകളുടെ വികൃത ശിരസ്സിൽ പിരിയൻകൊമ്പുകളായി, തെറിച്ച കീഴ്ത്താടികളായി, ചീർത്ത നാസാദ്വാരങ്ങളുടെ തുപ്പൽ കോളാമ്പിയായി. കിതപ്പിന്റെ വൃത്തിക്കെട്ട മൂടൽമഞ്ഞിൽ അയാളെ മടുപ്പിച്ചു.

എന്നാലവയുടെ വാലിൽ–

വാലൊരു കുടം, കുടപ്പൻ?

വെള്ളിക്കുടം, വീശി യാക്കുകൾ കിതച്ചുനിന്നു.

അന്നേവരെ സുന്ദരമായതൊന്നും ശിവാനന്ദന്നു മനസ്സിൽ തങ്ങിയിട്ടില്ല. ഒരു മിന്നലായി അയാളുടെ നെഞ്ചിൽ വെഞ്ചാമരം വിരിഞ്ഞു. അതൊരു താമരപ്പൂവായി ഒരുകുന്നാരം ദലങ്ങളായി, ഒരുകുന്നാരം ചന്ദ്രികയായി കൺമുന്നിലുതിർന്നു. റോന്തു നടക്കുന്നതിലിടയ്ക്ക് എത്രയോ തവണ കണ്ടതെങ്കിലും താനൊട്ടും ശ്രദ്ധിക്കാതെപോയ കാഞ്ചനഗംഗയുടെ ഹിമശിഖരം ചക്രവാളത്തിന്റെ നീലവിതാനത്തിൽ അയാൾ കണ്ടു. വിരിയാൻ വിതുമ്പുന്ന താമരമൊട്ടുപോലെ. വിരിയുന്ന വിരിയുന്ന ദലങ്ങളുടെ തരളാധരങ്ങളിൽ ഉമ്മവെക്കുന്ന മുഴുത്തിങ്കൾ തന്റെ മോഹം പോലെ.

ഗോമ്പ കുതിരപ്പുറത്തിരുന്ന് കൈകാണിച്ചു. ഒരു മൃഗത്തെ തെളിച്ച് തിബത്തൻ വണ്ടിക്കരികിൽ വന്നു.

പതുക്കെപ്പതുക്കെ, നഗരമുറങ്ങട്ടെ!

ഒരടുക്കു കമ്പിളിപ്പുതപ്പുകൾ മൃഗത്തിന്റെ മുതുകിലേക്കിറങ്ങി.

എണ്ണുന്നില്ലേ?

ശിവ്ദാ, താങ്കൾ എണ്ണിയിട്ടുണ്ടല്ലോ.

ഒരടക്കു കമ്പിളിപ്പുതപ്പുകൾ, ഒരടുക്ക് വൂളൻ സൂട്ടുകൾ, ഒരടുക്ക്...

അതിലൊരു ചമരിമാൻ. അതിന്റെ നിറം കറുപ്പ്. അതിന്റെ നിറം വെള്ള. അതിന്റെ വാലിൽ–

ഒരു താജ്.

യമുനാതീരത്തല്ലല്ലോ.

ഒരു താഴികക്കുടം തലകീഴായി കറുത്ത ഭൂമിയിലേക്കിറങ്ങാൻ മനസ്സില്ലാതെ കൂമ്പിക്കൂമ്പി തിരിയുന്നു. വട്ടം വട്ടം തിരിയുന്നു. അതിന്റെ പിന്നിൽ സ്നിഗ്ദ്ധോദാരമായ കൺമുനകൾ ചുമടേറ്റു വാങ്ങാൻ വന്നു. ശിവാനന്ദന്നു ഹൃദയം പിളരുന്നു.

വിദ്യാധാരിയോ!

മൃഗത്തിന്റെ പിന്നിൽ അതിന്റെ വാലിലിറങ്ങിയ വെള്ളിത്താമരയിൽ – ശ്രീപാർവ്വതിയോ!

ശിവാനന്ദൻ കൈകൂപ്പി. തന്റെ വിരലുകളും നാക്കും തരിക്കുക യാണെന്ന് അയാളറിഞ്ഞില്ല.

പോയ ശിശിരത്തിലെ കുളിരോ!

കരളിൽ, നെഞ്ചിൽ, സിരാപടലങ്ങളിൽ ഒരു കുളിർ നീറിനുഴഞ്ഞു. അവളുടെ നിറം, പ്രായം, തലമുടി.

നമസ്തേ!

അവളുടെ കണ്ണുകൾ.

ഗോമ്പ കുതിരപ്പുറത്തുനിന്നിറങ്ങി.

അവളുടെ മുഖം സിന്ദൂരം.

അയാൾക്കു സിരകളിൽ നിശ്ചലത.

ഒരു മുഖത്തിനുവേണ്ടി, ഒരു കഴുത്തിന്റെ വർത്തുളതയ്ക്കുവേണ്ടി കൈത്തണ്ടകളുടെ നീരൊഴുക്കിന്നുവേണ്ടി, കാൽവണ്ണകളുടെ നവനീത ത്തിനുവേണ്ടി ഇന്നേവരെ മോഹിച്ചിട്ടില്ലല്ലോ.

ഗോമ്പ ചോദിച്ചു.

എന്താണമാന്തം?

ഉന്മാദത്തിന്നുരുൾപൊട്ടിയോ? ശിവാനന്ദൻ കയർത്തു.

പതിനായിരം!

ഉറയാൻ മടിക്കുന്ന തുമ്പിയെ തുള്ളിക്കാൻ അവൾ അണ്ണാക്കു കീറി പിളർന്നു.

വെള്ളി പൊട്ടി. ഞങ്ങൾക്കു പോണം ദൂരെ, ദൂരെ.

സിന്ദൂരത്തിന്റെ മുഖം ചന്ദനത്തീയിലെരിഞ്ഞു. ആ ജ്വാലകളിൽ ശിവാ നന്ദനെരിഞ്ഞു. പതിനായിരം പുല്ല്, ജീവൻ പോട്ട് പുല്ല്, കെട്ടിടം–

താനൊരു ഭവനം തീർത്താൽ, അതിലാരെ കുടിവെയ്ക്കാൻ?

വെള്ളക്കുതിര കിതച്ചു.

ശിവ്ദാ, താഴെ തെരുവിലൊരു കൊലപാതകം.,

ശിവാനന്ദന് യാതൊന്നുമറിഞ്ഞുകൂടാ. ഒരു നേരം പാർത്തുപോകാൻ താനെത്ര പാർപ്പിടം കെട്ടി? ഇന്നു പാർത്തു നാളെ പോകുമ്പോൾ കെട്ടിയ പാർപ്പിടങ്ങൾ പൊളിച്ചടക്കി നിലം വെടിപ്പാക്കി. അങ്ങനെയൊരു താവളം അവിടെയുണ്ടായിരുന്നു എന്ന് ഇനി വരുന്നവർക്കൂഹിക്കാനാവില്ല. അവിടെ മനുഷ്യൻ ഉണ്ടായിരുന്നു എന്നൂഹിക്കാനാവില്ല. ജിവിച്ചപ്പോഴാകട്ടെ, ഞാൻ – ഞാൻ മാത്രം! എന്നെക്കുറിച്ച് യാതൊന്നുമവശേഷിക്കില്ലെന്നോ! അത്താ ണിയും മേൽവിലാസവുമില്ലാതെ, ഓർക്കാതെ, ഓർമ്മിക്കപ്പെടാതെ എത്ര കാലം പോയി?

ഒരുപാർവ്വതി ജനിപോലെ,

ഗോമ്പ മൃതിയെപ്പോലെ,

ശിവാനന്ദന്റെ മുന്നിൽ നിന്നു.

അയാൾ മനസ്സാ ജീവനിരന്നു. ഗോമ്പയോടല്ല, ഗോമ്പ പോട്ട്, പുല്ല്. അവന്റെ വാളുറ, ചേരത്തല. താനിന്നേവരെ ജീവിച്ചിട്ടില്ല. പിന്നെന്തു കൊല പാതകം? എനിക്കു ജീവൻ തരൂ, ഒരു തുള്ളി ജീവൻ....

ഗോമ്പ ചിരിച്ചു.

ഒരു മേജർ. അവന്റെ കബന്ധം ഞാൻ കണ്ടു.

ഒരു കന്യകയിൽ ജീവൻ, തന്റെ ജീവൻ പകർന്ന്, ജീവന്റെ രക്തപരി വാഹത്തിലൂടെ കാലാകാലം ജീവിച്ച് എന്റെ മുത്തച്ഛാ...

കബന്ധം അഭയാർത്ഥിക്യാമ്പിനു മുന്നിൽ കിടപ്പുണ്ട്. ഓടയിൽ. വൂളൻ പാന്റും കറുത്ത ലതർ ജർക്കിനും. ശിവ്ദാ, ഉടുപ്പും പാപ്പാസുമായാൽ മനുഷ്യനെ തിരിച്ചറിയുമോ? അതൊരു മനുഷ്യനാവുമോ?

ഉന്മത്തനെപ്പോലെ ഗോമ്പ ചിരിച്ചു.

അവന്റെ തലയില്ല?

മൃഗങ്ങളുടെ മുതുകിലും വാരിപ്പള്ളകളിലും ചുമടുകൾ നെടു വീർപ്പടക്കി. നൂറ്റമ്പതു കമ്പിളിപ്പുതപ്പുകളെന്ന് ശിവാനന്ദൻ ധരിച്ചില്ല. ഒരടുക്കു രോമം, ചെമ്മരിയാട്ടിൻരോമം.

പതിനായിരം കുതിരകളുടെ വേഗത്തിൽ തന്റെ നെഞ്ചിലൂടെ പറക്കുന്ന സമയത്തെ പിടിച്ചുനിർത്താൻ ടെയിൻബോർഡിന്റെ ലോഹച്ചങ്ങലയിൽ പിടിച്ച് അയാൾ നിന്നു.

ഗോമ്പ മൊഴിഞ്ഞു.

താങ്ക്യൂ!

ശിവാനന്ദന്റെ വിരലുകൾ പിന്നിലെ കീശയിൽ കൈത്തോക്കിന്റെ പിടി യിൽ, പിന്നെ ട്രിഗറിൽ ചൊറിഞ്ഞു.

നീയെന്തിനു വന്നു?

ഗോമ്പ പറഞ്ഞു.

ഒരുപക്ഷേ, ഇന്നു നമ്മുടെ കമാന്റർതന്നെ പെട്ടുപോയേനെ.

ശിവാനന്ദൻ ചങ്ങല വിട്ടു. വണ്ടിയിലുണർന്നുവീണ കണ്ണികൾ അയാൾക്കു നെഞ്ചിൽ നുറുങ്ങി.

കമാന്റർ, നമ്മുടെ കമാന്റർ?

ഗോമ്പ ഒരറപ്പും നടിക്കാതെ വിശദീകരണം നൽകി.

നമ്മുടെ ബ്രിഗേഡ് കമാന്റർ സേൻവർമ്മ. ആൾ രക്ഷപ്പെട്ടുപോയി.

ഗോമ്പ വീണ്ടും ചിരിച്ചു. ശിവാനന്ദൻ മിഴിച്ചു നിൽക്കുമ്പോൾ വീണ്ടും പറഞ്ഞു.

ഡ്രൈവറെ ഒന്നന്വേഷിക്കണ്ടേ?

ഡ്രൈവറെന്നു ശിവാനന്ദൻ ധരിച്ചില്ല. തോമസ് ഒരു പുരുഷൻ. ഭർത്താവ്.

ഒന്നന്വേഷിക്കാമായിരുന്നു.

ഉണ്ടക്കണ്ണുകളിൽ തീപ്പന്തമുരുട്ടി ശിവാനന്ദനൊന്നു നോക്കി.

അതെന്റെ കാര്യം. നീ പോഡേ എന്റെ മുന്നീന്ന്.

എന്നാലയാൾ നിശ്ശബ്ദം.

ദേശാടകരിളകി.

ശിവാനന്ദൻ ചോദിച്ചു.

എങ്ങോട്ടാണിവർ പോകുന്നത്?

ഞാനും വരട്ടേ എന്നയാൾ ചോദിച്ചില്ല!

ഗോമ്പ പറഞ്ഞു.

അവർ പോകട്ടെ. ഇടയന്മാർ കുടിപതികളോടെ ദേശാടനം നടത്തുന്നു.

ഒരു ജീവിതം.

ദുഃഖത്തോടെ, തീരാപ്പകയോടെ, പരിഹാസത്തോടെ അയാൾ കേട്ടു നിന്നു. അദ്ഭുതംകൊണ്ടു. ദുഃഖവും പകയും പരിഹാസവും അവനവനോടായിരുന്നു. അദ്ഭുതം പൊങ്ങച്ചത്തോടായിരുന്നു. എന്റെ മുത്തച്ഛൻ കോരുട്ടിമൂപ്പൻ!

അവർ ശിഖരങ്ങൾ തേടിപ്പോകുന്നു. വസന്തം വന്നല്ലോ. ഹേമന്തത്തിൽ താഴ്‌വരകൾ. അവരുടെ പുൽപ്പണ്ടങ്ങൾ വെയിലും ചൂടും പൊറുക്കില്ല. കാലാകാലത്തും ദേശാടനംതന്നെ. അവർ സഞ്ചരിക്കുന്നതു രാവിൽ മാത്രം, നിലാവിൽ. പുൽപ്പണ്ടങ്ങൾ പകലെല്ലാം ചോലക്കരയിൽ, തണലിൽ ചായുന്നു.

ഒരു ജീവിതം, അവർക്കതു ഭദ്രം. അവരുടെ മേൽപ്പുര ആകാശം, അവരുടെ പുരയിടം ഈ ലോകം.

ദുഃഖത്തിന്റെ കരിഞ്ഞ ചന്ദ്രികപോലെ ചമരികളുടെ വാൽ കറുത്ത റോഡിലിഴഞ്ഞു. അവ വാർന്ന വഴിത്താരയിലൂടെ ഭാരമേന്തിയ പഥികർ കൂന്നുകുനിഞ്ഞു നടന്നു.

ആണും പെണ്ണും, ആണും പെണ്ണും.

ഗോമ്പ പറഞ്ഞു.

എന്നാലുണ്ടല്ലോ ശിവ്ദാ, ഞങ്ങൾ വ്യഭിചാരം പൊറുക്കില്ല.

കണ്ണുകളിൽ പന്തം കെട്ട് എണ്ണ വരണ്ട് ശിവാനന്ദൻ ചോദിച്ചു.

ആരാണ് മേജറെ കൊന്നത്?

ഗോമ്പ ചിരിച്ചു.

ശിവാനന്ദന്ന് തന്റേതായ ധാരണകൾ വീണ്ടുകിട്ടി. ഒരുപക്ഷേ, ഈ വാളിൽ ചോര ഉണങ്ങിക്കാണില്ല. പക്ഷേ, അയാളതു പറഞ്ഞില്ല. ശിവാനന്ദൻ മുത്തച്ഛന്റെ വിളികേട്ടു.

ഡേയ് ശപ്പാ, നീ പേടിച്ചോ?

താണ്ഡവം

ഒന്ന്

ഒരു മോട്ടോറിന്റെ മുഴക്കം കേട്ടാൽ, പൊന്നമ്മ ഞെട്ടുകയായി.

അച്ചായൻ വരുന്നു!

സൗദാമിനി പറഞ്ഞു:

ചേച്ചീ, ആരും വരില്ല.

പൊള്ളച്ച കൈകളിൽ പൊന്നമ്മയ്ക്കു ചുറ്റിക തിറമ്പി. വരും എന്ന് മേസ്തിരി പറഞ്ഞു. അവന്നു വരാൻ ഈയൊരു വഴിയേ ഉള്ളൂ.

സൗദാമിനി പറഞ്ഞു:

ഈ വഴി സ്വർഗ്ഗത്തിലേക്കു പോകുന്നു. ചേച്ചി ഇരുന്നു കരിങ്കല്ലുടച്ചേക്കൂ. മെറ്റലും താറുമിട്ടാൽ നമുക്കങ്ങു കയറി നോക്കാം.

ഒരുനിര സ്ത്രീകൾ റോഡിലിരുന്നു കരിങ്കല്ലുടച്ചു. ഒരുനിര പുരുഷന്മാർ പെരുത്ത കരിങ്കല്ലുകളിൽ കൂടമെറിഞ്ഞു. പുരുഷന്മാരും കഴുതകളും കല്ലു ചുമന്നു. മേസ്തിരിയും വിസിലും വന്നു. ഇനിയും പാറയിടിക്കാൻ കയറിയ എഞ്ചിനീയർമാർ പാറക്കെട്ടുകളിൽ തമരു കുഴിച്ചു. യാതൊന്നും പൊന്നമ്മ ശ്രദ്ധിക്കുന്നില്ല. അവളുടെ മുന്നിൽ സ്ത്രീകൾ, ഒരു നിര സ്ത്രീകൾ, ആയിരം സ്ത്രീകൾ കരിങ്കല്ലുടയ്ക്കുന്നു. ആരെല്ലാമെന്നു പൊന്നമ്മയ്ക്കറിഞ്ഞുകൂടാ. അവരുടെ മുഖത്തു നോക്കാനവൾ പേടിച്ചു. അതെന്റെ മുഖമോ കണ്ണുകളോ? അവൾ വേഷവിധാനങ്ങൾ കണ്ടു. അലങ്കോലപ്പെട്ട നാനാതരം വേഷവിധാനങ്ങളിൽ ആയിരം സ്ത്രീകളുടെ തപ്തസ്വരം കരിങ്കല്ലിൽ തുടിച്ചു.

പുതുമഴയിലുണർന്ന വയലേലകളിൽ ആയിരം ജലജീവികളുടെ തപ്തസ്വരമില്ലേ?

എവിടെന്നെല്ലാം വന്നു?

എങ്ങനെയെല്ലാം വന്നു?

ഒരു ചുറ്റിക വീഴുമ്പോൾ ഒരു ഹൃദയം ചിന്നി. ആയിരം ചുറ്റിക മീട്ടുമ്പോൾ സപ്തസ്വരമായി.

കരിങ്കല്ലിന്റെ സ്വരനിസ്വനങ്ങളെ അക്ഷരമാലയിൽ കൊരുത്തിരുന്ന സൗദാമിനി പാടി:

വാ പനങ്കിളി പോ പനങ്കിളി
പച്ചപ്പനങ്കിളി പൊന്നിൻകിളി.

സിനിമയിലഭിനയിക്കാമെന്നും പറഞ്ഞിട്ടാണ് സൗദാമിനിയെ നാട്ടിൽ നിന്നും കൊണ്ടുവന്നത്. ഒരു മദിരാശി, ഒരു കൽക്കത്ത, സിലിഗുഡി. എല്ലാം പൊന്നമ്മ പിന്നിട്ട വഴികൾ. എന്നാലും തമ്മിൽ ഭേദം താൻതന്നെ. ഒരു മിന്നുപോലും കെട്ടാതെ സൗദാമിനി വന്നു.

അവൾ ഒരു കാർണിവലിൽ പാട്ടുപാടാൻ വന്നതായിരുന്നു. കാർണ്ണി വലെന്തെന്ന് പൊന്നമ്മയ്ക്കറിയത്തില്ല.

ചേച്ചിക്ക് നമ്മുടെ നാടേ അറിയത്തില്ല. പള്ളിപ്പെരുന്നാളറിയാമായിരിക്കും.

ഇവളെന്തിന് ചേച്ചി എന്നു വിളിക്കുന്നു?

എനിക്ക് ഓർഫനേജറിയാം.

കുളിരിന്റെ ഒറ്റാലിൽ കുടുങ്ങിയ മുഖം നീറി. മുഖത്ത് ചെതുമ്പലെടു ത്തിട്ടുണ്ട്. ലേബർ കോളനിയിൽ വന്നതിൽപ്പിന്നെ അവൾ എണ്ണ കണ്ടിട്ടില്ല. കൺതടങ്ങൾ ചുളിയുന്നില്ല. പൊരിയുന്നു. അലങ്കോലപ്പെട്ടുപോയ തന്റെ ചെറുപ്പത്തെ പൊന്നമ്മ ശപിച്ചു. മുത്തശ്ശി എന്നു വിളിക്കട്ടെ. എന്നാലും ഉള്ളോടുള്ളിൽ പൊന്നമ്മ മോഹിച്ചു. സൗദാമിനീ, എന്തെങ്കിലും പറയൂ. എന്തെങ്കിലും മിണ്ടിപ്പറയുമ്പോൾ മനഃപ്രയാസങ്ങൾ മറക്കുന്നു.

പനമ്പും മുറവും നെയ്യാൻ സൗദാമിനി പഠിച്ചില്ല. അവളുടെ അച്ഛനും മുള മുറിച്ചു ചീവിയില്ല. കുലത്തൊഴിൽ എന്നൊരു തൊഴിലില്ല! മനുഷ്യനെ ക്കൊണ്ട് ചതുരംഗം കളിച്ചിട്ടാണ് കുലത്തൊഴിലെന്ന കുഷ്ഠം പെട്ടുപോയത്. അവനെ കള്ളികളിൽ നിർത്തി ദ്രവിച്ചു കളഞ്ഞ ചതുരംഗക്കളി! ചത്ത പൈക്കളുടെ തൊലിയുരിഞ്ഞു കൊടുത്ത് അളിഞ്ഞ ഇറച്ചിയെടുക്കാൻ അച്ഛൻ ദേശാന്തരം തെണ്ടിയല്ല. അച്ഛന്നു മണ്ണത്തു കയറണ്ട, പടിക്കൽ വെക്കണ്ട...

പൊന്നമ്മയ്ക്കു മനസ്സിലാവുന്നില്ല.

എന്തു മണ്ണത്ത്?

സൗദാമിനി കേട്ടു കാണില്ല. പക്ഷേ, പിന്നീടവൾ പറഞ്ഞത് ഒട്ടും മനസ്സിലായില്ല,

ചേച്ചി. എത്ര ജന്മം കഴിഞ്ഞിട്ടാണ് ഒരു മനുഷ്യജന്മം കിട്ടുന്നത്? ആ ജന്മം ഇങ്ങനെയാണെങ്കിൽ നമ്മളെല്ലാമെന്തിനു ജനിച്ചു?

അച്ഛന്ന് സംഗീതത്തിലായിരുന്നു ഭ്രമം. മകളേ, ആദിയിൽ സംഗീതമു ണ്ടായി. അതൊരു വെറും നാദമായിരുന്നു. ആ നാദമുറഞ്ഞ് കല്ലും മണ്ണും ലോഹങ്ങളുമുണ്ടായി. അതുകൊണ്ടാണത്രേ ഇരുമ്പിലും ചെമ്പിലും വാഴ നാരിലും കുടം തെറ്റിപ്പിക്കുന്ന കല്ലിലും സംഗീതമുണരുന്നത്.

സത്യം എന്ന് പൊന്നമ്മ ഞെട്ടിപ്പോയി. സത്യമെന്ന് അവൾക്കോർക്കാൻ വയ്യ. സത്യപ്രകാശ് എന്ന മേസ്തിരിയെ, സത്യവേദപുസ്തകത്തെ, അവൾക്ക് ആറാം പ്രമാണമോർമ്മ വരുന്നു. ഒരു ചുറ്റിക വീഴുമ്പോൾ ഒരു ഹൃദയം ചിന്നുന്നു. ആയിരം ചുറ്റിക മീട്ടുമ്പോൾ–

സംഗീതമുറഞ്ഞുറച്ച കരിങ്കൽച്ചീളുകളുതിർന്ന് അവരുടെ മുന്നിൽ പൊലിഞ്ഞുകൂടി.

മനയോലയും പട്ടുകുപ്പായവുമണിഞ്ഞ് അരങ്ങുകളിൽ ചൂരൽ കറക്കി ത്തിരിച്ച് അച്ഛൻ കുറവൻ കളിച്ചു. മകളേ, ഒരു പുഴു തന്റെ തപസ്സിൽ ശലഭമായിത്തീരുംപോലെ ഒരു ശിശു നിരന്തരാദ്ധ്വാനത്തിലൂടെ മനുഷ്യ നായി പരിണമിക്കുന്നു.

ആയിരം മോഹങ്ങൾ പൊഴുപ്പിച്ച് അച്ഛൻ ദേശാന്തരം കറങ്ങി. ഒരി ക്കൽ അച്ഛനെ ആരോ അടിച്ചുകൊന്നു.

ജന്മങ്ങളുടെ കഥയറിയാതെ പൊന്നമ്മ ചോദിച്ചു.

എന്തിന്?

ചേച്ചീ, എല്ലാ പുഴുവും ശലഭമായിത്തീരുന്നില്ല.

എന്തേ?

ഒരു പുഴുവിനെ കാക്ക കൊത്തിത്തിന്നു.

നിന്റെ അച്ഛൻ ഒരു വിദ്വാനായിരുന്നോ?

അല്ല ചേച്ചീ,

എന്റച്ഛൻ പറയനായിരുന്നു.

ചേച്ചിക്ക് നമ്മുടെ നാടിനെക്കുറിച്ച് യാതൊന്നുമറിയത്തില്ല. ഇവിടെ എത്രയെത്ര പുണ്യാത്മാക്കളുണ്ടായി! ഒരു ജാതി, ഒരു മതം, ഒരു ദൈവം, മതമേതായാലും മനുഷ്യൻ നന്നായാൽ മതി.. പിന്നെ ചേച്ചി കേട്ടിട്ടില്ലേ, അഹിംസാ പരമോ ധർമ്മം... ഈ നാട് എത്ര നല്ലൊരു നാടാണെന്ന് ഇതൊക്കെക്കേട്ടാൽ തോന്നില്ലേ? ലോകത്തിലുണ്ടായ എല്ലാ പ്രവാചകരും ജന്മമെടുത്തത് ഈ വൻകരയിലാണെന്നും നാം തെളിയുന്നു. ഇസ്രായേലും മദീനയും ഏഷ്യയിലാണല്ലോ. ചേച്ചിക്കു കേൾക്കണോ സൗദാമിനി അച്ഛന്റെ വാക്കുകൾ കേൾക്കുന്നു. മകളേ, സൃഷ്ടിയുടെ രഹസ്യം ആവശ്യമാകുന്നു. ആവശ്യമുള്ളേടത്ത് പ്രവാചകരും പുണ്യാത്മാക്കളും ജനിക്കുന്നു. ഇത്രയേറെ പ്രവാചകരും പുണ്യാത്മാക്കളും ഇന്നാട്ടിൽ ജനി ച്ചിട്ടുണ്ടെങ്കിൽ, ഒന്നാലോചിച്ചു നോക്കൂ, കാലാകാലമായി ഇവിടെ നടന്നു പോരുന്ന മനുഷ്യദ്രോഹവും നരമേധവും.... നിനക്ക് നരമേധം മനസ്സിലാ യില്ല! മതമേതായാലും മനുഷ്യൻ നന്നായാൽ മതി എന്ന നീതിവാക്യം എന്തുകൊണ്ടാണുരുത്തിരിഞ്ഞത്? ഒരു കാലത്തും മനുഷ്യൻ നന്നാവില്ല.

അഹിംസാ പരമോ ധർമ്മഃ.

എന്തൊരു വെളിപാടാണത്! എന്തെല്ലാം ധർമ്മസംഹിതകൾ! എല്ലാറ്റിലും മഹത്തരം അഹിംസയാകുന്നു. അഹിംസ! ഈ വെളിപാടുണരാൻ എന്തു നിമിത്തം. ആടറക്കുന്നതു കണ്ടിട്ടാവും! ഗോഹത്യയെച്ചൊല്ലിയാവും! അല്ല മകളേ! ഇവിടെ നടമാടിയ നരമേധം കണ്ടു കരളുരുകിത്തേങ്ങിയതാണ്, ബുദ്ധൻ. ഇതു കാപാലികരുടെ നാടാകുന്നു! മനുഷ്യന്റെ തലയോടായിരുന്നു ഇവിടെ ആഭരണം. കേൾപ്പോരും കേൾവിയുമില്ലാത്തവരെ യഥേഷ്ടം വെട്ടി കുരുതികൊടുത്ത നാടാണിത്. മകളേ, ഇവിടെ എന്തും നടക്കും.

ചേച്ചീ, ഒരു പറയനെ കൊന്നാൽ ഒരാളും ചോദിക്കാനില്ല! ഇവർ മഹാത്മാവിനെ വാഴ്ത്തും, കാർണിവൽ കൊണ്ടാടി മുടിമത്സരവും മുലമത്സരവും നടത്തും. ഈ മത്സരങ്ങളിൽ ഇന്നാട്ടിലെ പ്രഭുക്കളെല്ലാമുണ്ടാവും. എല്ലാ തെണ്ടികളുമുണ്ടാവും. അവർ മദിരോത്സവം നടത്തി സാവിത്രീ ചരിതമഭിനയിക്കും. കലകളെ വാഴ്ത്തി കാമസൂത്രമാടിക്കും.

ജന്മം നൽകിയ തീരാദുഃഖം സൗദാമിനിയുടെ കണ്ഠത്തിൽ തേങ്ങി, എന്തെന്നറിഞ്ഞില്ല, എങ്ങനെയെന്നറിഞ്ഞില്ല പൊന്നമ്മയും തേങ്ങി.

ചേച്ചീ....

അവൾ ഒരു കാർണിവലിൽ പാട്ടു പാടാൻ വന്നതായിരുന്നു. പാട്ടു കേൾക്കാൻ വന്ന ഒറ്റാലുകാരൻ അവളെ തിരക്കി വെള്ളം തെക്കി വന്നു.

എന്തൊരു നാദം! നീ ഇവിടെ നഷ്ടപ്പെട്ടുപോകുന്നു.

പാടുമ്പോഴെല്ലാം ഞാനെന്റെ അച്ഛനെത്തോറ്റുകയാണല്ലോ.

നിനക്ക് സിനിമയിൽ പാടണോ?

അച്ഛന്നൊരു ശലഭമായുയരാൻ കഴിഞ്ഞില്ല!

സിനിമയിലഭിനയിക്കണോ?

അവൾ ചിത്രശലഭമായുയരുമോ?

അവൾ കൂടയിൽ വീണു. അവരുടെ യാത്ര സിലിഗുഡിയിലൊടുങ്ങി.

ആയിരം സംശയങ്ങൾ പൊന്നമ്മയുടെ മനസ്സിൽ തേങ്ങുമ്പോൾ സൗദാമിനി ചോദിച്ചു:

ചേച്ചിക്കറിയാമോ സൈനിക് സേവാസദനം?

അറിയാമല്ലോ. വണ്ടി ഇറങ്ങിയ ഉടനെ സൈനിക്സേവാസദനത്തിലേക്കാണല്ലോ അച്ചായൻ അവളെ കൊണ്ടുപോയത്.... മതി, അതുമാത്രം പറഞ്ഞാൽ മതി. റോഡ് പണിയിലെടുപ്പിച്ചത് സൈനിക് സേവാസദനത്തിൽവെച്ചാണെന്ന് പൊന്നമ്മ പറഞ്ഞില്ല.

പേരു കേട്ടാൽ ഹോട്ടലാണെന്നു തോന്നുമോ?

സൗദാമിനി ചിരിച്ചു. ആ ചിരിയിൽ ആയിരം മുഖങ്ങൾ പൊട്ടിച്ചിതറി.

അയാളും പട്ടാളക്കാരനായിരുന്നോ?

സൗദാമിനി മറുപടി പറഞ്ഞില്ല.

ഹോട്ടൽ നടത്തുന്നത് ഒരു ഗൂർക്കാണിയാണെന്ന് ചേച്ചിക്കറിയാമോ?

ഗൂർക്കയെന്നാൽ സൗദാമിനിക്ക് മനസ്സിലാവില്ല. പിന്നെന്തു ഗൂർക്കാണി?

ചേച്ചീ, എനിക്കെന്നെ മനസ്സിലാവുന്നില്ല. എന്നെ നോക്കൂ, ഞാൻ സൗദാമിനിയാണോ?

പൊന്നമ്മ മിഴിച്ചുപോയി. ഒരു പക്ഷേ, ഇവൾക്കു നൊസ്സുപിടിച്ചതാവും! ഇവളുടെ പാട്ടും പദവും കഥയും. ചിരിയും തത്ത്വവിചാരവും.....

സൗദാമിനിക്കൊട്ടും ഭാവഭേദമില്ല. അവൾ കഥ പറയുന്നു. സിലിഗുഡിയിൽ സൈനിക് സേവാസദനത്തിൽ താമസിക്കുന്ന കൂട്ടത്തിൽ ഒരു ദിവസം ഒറ്റാലുകാരനെ കാണാനില്ല. അപ്പോൾ ഹോട്ടലുടമസ്ഥ ബദ്ധപ്പെട്ടു വന്ന് അവളെ വിളിച്ചു:

സൗദാമിനിക്കൊച്ചമ്മേ!

ഗൂർക്കാണി മുഖത്തുനോക്കി വിളിച്ചപ്പോൾ എന്നെയാണവൾ വിളിക്കുന്നതെന്ന് എനിക്കു മനസ്സിലായില്ല. എന്നെ സൗദാമിനിയെന്നു വിളിക്കുന്നു!

ഇവൾക്കു സുബോധമില്ല, മൂന്നുതരം. പൊന്നമ്മ വാപിളർന്നിരുന്നു. വായിൽ കുളിരു കേറിയപ്പോൾ ചുമച്ചു.

ഹോട്ടലിൽ, സൗദാമിനി എന്ന് എന്റെ പേർ അയാളെഴുതി. ഞാൻ സൗദാമിനിയായി!

നഷ്ടപ്പെടാൻ മനസ്സില്ലാത്തൊരു വിമ്മിഷ്ടം പൊന്നമ്മയുടെ നെഞ്ചിൽ കിടന്നു പൊരിഞ്ഞു. ഞാനെങ്ങനെ പൊന്നമ്മയായി?

എനിക്കെന്നെ മനസ്സിലാകുന്നില്ല. എനിക്കെന്നെ മനസ്സിലാകുന്നില്ലെന്ന് എന്നെ കാണുമ്പോൾ ചേച്ചിക്കു മനസ്സിലാകുന്നുണ്ടോ? ചേച്ചി സൈനിക് സേവാസദനത്തിൽ താമസിച്ചിട്ടുണ്ടല്ലോ. ഗൂർക്കാണിയുടെ പേരറിയില്ലേ?

ഒരാളുടെ പേരും പൊന്നമ്മയ്ക്കറിയില്ല. സത്യപ്രകാശിന്റെ പേരറിയാമെന്ന് പറയണോ?

സീതാബാലാ, സീതാബാലാ ദേവി, നല്ല പേരല്ലേ?

പൊന്നമ്മയ്ക്ക് യാതൊന്നും അറിഞ്ഞുകൂടാ. അവൾ അച്ചായനോടൊപ്പം സേവാസദനത്തിൽ താമസിച്ചു. സെവോക്റോഡിൽ വീടെടുത്തപ്പോൾ അച്ചായനോടൊപ്പം സദനത്തിൽനിന്നു പോന്നു, സത്യപ്രകാശിന്റെ കൂടെ വീണ്ടും അവിടെപ്പോയെന്ന് എന്നെക്കണ്ടാൽ തോന്നുമോ?

സീതാബാല വേശ്യാലയം നടത്തുകയാണെന്ന് ചേച്ചിക്കറിയില്ലേ?

ചുറ്റികവെച്ച് പൊന്നമ്മ നിവർന്നിരുന്നു. ആയിരം സ്ത്രീകൾ! അവർക്കറിയുമോ? അവൾ വീഴുമോ? അവളുടെ പിന്നിൽ പാതാളം. മുന്നിൽ ഇടിച്ചു നിരത്തിയ പാറക്കെട്ടുകളുടെ സർപ്പഫണങ്ങൾ. സർപ്പ ഫണങ്ങൾ ചായുന്നു, തലയ്ക്കുമീതെ ചായുന്നു. കൊത്തുമോ, എന്നെ കൊത്തിയോ?

എരിവോ നനവോ തിരിച്ചറിയാതെ അവൾ കൈനോക്കിയിരുന്നു. ആ കൈയിൽ അവളുടെ മുഖമില്ല. ആയിരം സ്ത്രീകളുടെ മുഖമില്ല. കൈവെള്ള യിലൊരു മഞ്ഞക്കുരു. മഞ്ഞക്കുരുവിന്നു ചുറ്റും ചോരപ്പാടിന്റെ കൊച്ചു വലയത്തിൽ നീലനിറം.

വിഷമോ?

അവൾ തൊട്ടുനോക്കി, നോവുന്നില്ല. വിരൽത്തുമ്പുവെച്ചമർത്തി നോക്കി. അവളുടെ രക്തം ജലമായി, ജലത്തിൽ ജീവന്റെ തരികളായി, ഒരു ചിലന്തിയുടെ അണ്ഡംപോലെ ആയിരം ജീവരാശികളായി ഒരു മഞ്ഞ പ്പോളയ്ക്കുള്ളിൽ കിരുകിരുക്കുന്നു.

പിതാവേ!

സൗദാമിനി ചിരിച്ചു. ആ ചിരിയിൽ ആയിരം നനഞ്ഞ തിരികൾ കത്തി. അവ കത്തിപ്പടരുമ്പോൾ റോഡു നീളെ പൊട്ടിച്ചിതറി. യാതൊന്നും കേൾക്കാൻ വയ്യ.

പാപം ചെയ്യാത്തവർ കല്ലെറിയട്ടെ.

സൗദാമിനി കരിങ്കല്ലുടച്ചു. ചിന്നിത്തകരുന്ന കരിങ്കല്ലിൽ അവൾ സംഗീതം കണ്ടെത്തുകയാവാം. ഉടഞ്ഞുതിരുന്ന ചീളുകൾ നിരക്കിനീക്കു മ്പോൾ അവയുടെ വജ്രധാരകളിൽ തന്നെച്ചീവുകയാവാം. അച്ഛനെ തോറ്റു കയാവാം, മുറിഞ്ഞ വിരൽത്തുമ്പുകളിൽ കിനിയുന്ന ചോരത്തുള്ളികളി ലൂടെ ആത്മബലിയാചരിക്കുകയാവാം. പാടൂ സൗദാമിനീ.

വാ പനങ്കിളി പോ പനങ്കിളി...

ആയിരം പനങ്കിളികളേ, ആയിരം മുളംകിളികളേ, ജലജീവികളേ. വാ പനങ്കിളിയെന്ന് നിന്നെ വരവേൽക്കുമ്പോൾ നീ നിന്നെ നിരാകരി ക്കുന്നു.

പോ പനങ്കിളി...

നീയൊരു പെൺകിളിയാകുന്നു!

സർപ്പഫണങ്ങളുടെ പാറക്കെട്ടിൽ കാളിയമർദ്ദനമാടുന്ന എഞ്ചിനീ യർമാരുടെ ആട്ടോമാറ്റിക് ഡ്രില്ലുകൾ ധാർഷ്ട്യത്തിന്റെ കരിംതമരുകളിൽ ചീറിച്ചിതറി ചുഴിഞ്ഞുചുഴിഞ്ഞിറങ്ങി. ആയിരം നനഞ്ഞ തിരികൾ പൊട്ടി ച്ചിതറി. യാതൊന്നും കാണാൻ വയ്യ. തീപ്പൊരി ചിതറുന്നു.

രണ്ട്

അഷ്ടാവക്രൻ!

മേജർ നായർ പർവ്വതത്തിന്നു പേരിട്ടു, മനസ്സിൽ. ശകാരിച്ചിട്ടെങ്കിലും അരിശമൊതുക്കണം. അരിശം കമാന്റർറോടായിരുന്നു. ശകാരപ്പേരിൽ കമാന്റർ സേൻ വർമ്മയും പെട്ടു. ജഗത്സാക്ഷി പോര, ആവശ്യത്തില ധികം ഉയരമുണ്ടെങ്കിലും നില്പിലോ നടപ്പിലോ ശ്രദ്ധയില്ലാത്ത സേൻ വർമ്മ ഒടിഞ്ഞുമിടിഞ്ഞും നിൽക്കുന്നു. പക്ഷേ, ഒരു കൽപ്പന ശിരസാ വഹിക്കുമ്പോൾ താനൊരു ശകാരപ്പേരുമോർത്തിട്ടില്ല. അതൊരു കൽപ്പന. അദ്ദേഹം മേധാവി, താൻ അനുസരിക്കുന്നു. ഒരു രാവു മുഴുക്കെ പർവ്വത ത്തിൽ തനിയെ തിരിയുകയായിരുന്നു. തന്റെ അന്തർഗ്ഗതങ്ങളെ തന്നിൽ ത്തന്നെ സൂക്ഷിക്കാനെന്നപോലെ ഒടിഞ്ഞുമിടിഞ്ഞും നിൽക്കുന്ന കമാന്റർ പറഞ്ഞു:

മേജർ നായർ, വിശ്വാസമർപ്പിക്കാവുന്ന ഒരു കമ്പനികമാന്ററെന്ന നിലയ്ക്ക് ഈ ചുമതല താങ്കളെ ഭാരമേല്പ്പിക്കാൻ എനിക്കു സന്തോഷ മുണ്ട്. ഓപ്പറേഷൻ യതി.

വളഞ്ഞൊടിയുന്ന കൈകാലുകൾ സുഖായാസം നീട്ടി നിവർത്തി പർവ്വതം ആകാശങ്ങളിലേക്ക് പയ്യെ ചായുന്നു. അവന്റെ നടയിൽ തടാകം. വെയിലിൽ തിളങ്ങുന്ന തടാകത്തിന്റെ നിശ്ചലനീലിമയിൽ അരിശം അലിഞ്ഞുതീർന്നില്ല. പുലരുംമുമ്പേ യതിയോടൊപ്പം തിരിച്ചുവരൂ. നായർ ഒരു കല്ലെടുത്തു. അതല്പം വലുതായിരുന്നു. കല്ലുകളോരോന്നെടുത്തു തരംനോക്കി ഏറ്റവും ചെറിയതൊന്ന് നുള്ളിയെടുത്ത് തടാകത്തിന്റെ നീല നിശ്ചലതയിലേക്കെറിഞ്ഞു. പോര, കല്ലുകളോരോന്നെടുത്ത് തരം നോക്കി ഏറ്റവും വലിയതൊന്നെടുത്ത് തടാകത്തിന്റെ നീലസ്ഫടികത്തിലേ ക്കെറിഞ്ഞു. നീലസ്ഫടികം തകർന്നു തകർന്ന് കാചവലയങ്ങൾ സഞ്ചരി ച്ചെത്തി വീണ്ടും ജലമായി, നിശ്ചലമായി...

കമാന്റർ കാത്തുനിൽക്കുകയാവും. ഇരുന്നേടത്തുനിന്നെണീ ക്കാൻപോലും തോന്നുന്നില്ല. അദ്ദേഹത്തിന്നത്രയ്ക്കുമുറപ്പായിരുന്നു. പോകൂ, യതിയെക്കിട്ടും, കൊണ്ടുവരൂ.

പർവ്വതത്തിന്റെ കൈകാലുകളുടെ ഓരോ ചതവിലും ഓരോ ഒടിവിലും ചുരങ്ങൾ. യതി വരുന്നു, പോകുന്നു. ഒരുപക്ഷേ, രായ്ക്കുരാമാനം ഗാങ്ടോക്കിലെത്തി തിരിച്ചുപോകുന്നു. ഈ സാധുതകളെക്കുറിച്ച് താൻതന്നെയാണല്ലോ ആദ്യത്തെ പേപ്പർ സമർപ്പിച്ചതെന്ന് നായർ സ്വയം ശപിച്ചു. ഹസ്തരേഖകൾപോലെ ഈ പർവ്വതങ്ങളുടെ ടോപ്പോ ഗ്രാഫിയിൽ സ്വയമിറങ്ങിച്ചെന്ന് വാഹനശീലം മറക്കണമെന്ന തന്റെ നിഗമനം തന്റെ നെഞ്ചിലേക്കുതന്നെ തിരിച്ചെത്തുമെന്ന് അന്നോർ ത്തില്ല.

ശീലം! റോഡുണ്ടോ, വാഹനമുണ്ടോ? കാലാൾപ്പടയിലെ ഗൂർക്കകൾക്കുപോലും, അവർ പരമ്പരയാ പർവ്വതങ്ങളുടെ സന്തതികളായിട്ടും കാൽനട പ്രാക്തനസ്മൃതിയായിപ്പോയി. അതത്രേ നമ്മുടെ പരാജയവും...

അഷ്ടാവക്രൻ നിവർത്തുന്ന കാലുകൾക്കിടയിലൂടെ തടാകത്തിന്റെ ശാശ്വതസ്രോതസ്സൊഴുകി. പിന്നെ വ്രണങ്ങളിൽ നിന്ന് നീർച്ചാലുകളിറങ്ങിപോകപ്പോകെ സ്രോതസ്സു പെരുത്ത്, അതൊരു പ്രവാഹമായി, പ്രവാഹം ഭീകരമായി അതിന്റെ മാർഗ്ഗം ഭീകരഗർത്തങ്ങളായി. പക്ഷേ, പ്രവാഹത്തിന്റെ മാർഗ്ഗം ഗാങ്ടോക്കിലെത്തുന്നു. ഒരൊറ്റ മാർഗ്ഗമായിരുന്നെങ്കിൽ അവന്റെ കാൽമുട്ടിലോ കണ്ണക്കാലിലോ പിക്കറ്റുകളും പോസ്റ്റുകളും സ്ഥാപിക്കാം. യതിയെ വിരട്ടാം. ഈ അതികായന്റെ കൈകൾക്കിടയിലൂടെ, വിരലുകൾക്കിടയിലൂടെ യതി എന്ന പർവ്വത സന്തതിവഴികളും ചുരങ്ങളും കണ്ടെത്തുന്നു.

അഴിച്ചുവെച്ച പാക്കിൽ ചാഞ്ഞ് മേജർ നായർ ലോകത്തിന്റെ മേൽപ്പുരയിലേക്ക് നോക്കി.

മേൽപ്പുരയോ മേലാപ്പോ?

....അന്ന് മേജർ നായർ കെ.ജി. നായർപോലുമല്ല, ഗോയിന്നുട്ടിയായിരുന്നു. അന്ന് സ്കൂൾ വാർഷികമായിരുന്നു, സ്കൂൾ വാർഷികത്തിന്ന് കളി എന്നു പേരിട്ട ആ കുട്ടി അച്ഛനോടൊപ്പം കളികാണാൻ പോയി.

പരിപാടിയിൽ അടുത്ത ഇനം പെൺകുട്ടികളുടെ കോലാട്ടം.

മേൽപ്പുരയിൽനിന്നൂർന്നു കിടന്ന വർണ്ണതോരണങ്ങളുടെ ഒരു വലിയ തൂണിനു ചുറ്റും പെൺകുട്ടികൾ നിൽക്കുന്നു. ഓരോരോ ഇഴകളായി വർണ്ണതോരണങ്ങൾ ഓരോ കൈയിലും പിടിച്ച് അവർ വട്ടം വട്ടം നടന്നപ്പോൾ ഒരു മേലാപ്പിന്റെ വർണ്ണകൂടാരം വിരിഞ്ഞ് വർണ്ണകൂടാരത്തിന്റെ തൂണുകളായി പെൺകുട്ടികൾ നിന്നു. പിന്നെ ആ കുട്ടികൾക്ക് കൈകളിൽ ചിറകു മുളച്ച്, വർണ്ണച്ചിറകുകളിൽ ചിത്രശലഭങ്ങൾ കോലടിച്ച് തമ്മിൽത്തമ്മിൽ ചിറകടിച്ച്, തോരണങ്ങൾ തമ്മിൽത്തമ്മിൽ മെടഞ്ഞു. വട്ടം വട്ടം ചുറ്റുമ്പോൾ മുകളിൽ മുകളിൽ നിറങ്ങൾ, വർണ്ണങ്ങൾ, തോരണങ്ങൾ, നാനാവർണ്ണങ്ങൾ, മെടഞ്ഞിറങ്ങി. കുട്ടികൾ ഒരു വലയത്തിൽ മുഖത്തോടുമുഖം നിന്നു. അവർ വീണ്ടും കോലടിച്ച് തമ്മിൽത്തമ്മിലഴിച്ചു മെടഞ്ഞ് വട്ടംചുറ്റുമ്പോൾ തോരണത്തിന്നു മെടച്ചലഴിഞ്ഞു ചിറകുകൾ വിരിഞ്ഞ് വർണ്ണങ്ങൾ വീണ്ടും വിരിഞ്ഞ് വീണ്ടും വർണ്ണകൂടാരത്തിന്റെ മേലാപ്പു വിരിഞ്ഞു.

വർണ്ണത്തോരണമോരോന്നും മേൽപ്പുരയിലേക്കെത്തുന്നു. വർണ്ണത്തോരണമോരോന്ന് ഒരു കെട്ടിലേക്ക്, ഒരു ബിന്ദുവിലേക്ക് എത്തുന്നു. തോരണങ്ങൾ മെടഞ്ഞിറങ്ങുന്നു. യതി ഇറങ്ങിവരുന്നു. കേൾക്കുന്നു, മേജർ

നായർ കാലൊച്ച കേൾക്കുന്നുണ്ട്. യതി നിന്ന് മേജർ നായരെ തൊടുന്നു, മേജർ നായരെ തൊട്ടുണർത്തി.

സാഹേബ്, സാഹേബ്...

മൻബഹദൂർ വിളിക്കുന്നു.

സാഹേബ്, സാഹേബ്

പതുക്കെപ്പതുക്കെ.

സാഹേബ്!

തൊട്ട് തൊടാതെ.

കോലടിയില്ല!

മൻബഹദൂർ പറഞ്ഞു:

യതി!

അവന്റെ കണ്ണുകളിൽ സ്തബ്ധത. മേജർ നായർക്ക് ജാള്യത.

ഉറങ്ങിയോ?

യതി, സാഹേബ്!

തടാകത്തിന്റെ മേൽക്കൂരയിലെ പാറക്കെട്ടിലേക്ക്, പാറക്കെട്ടുകളുടെ കോട്ടയിലേക്ക്, മൻബഹദൂർ വിരൽചൂണ്ടി.

നായർ ചോദിച്ചു:

കമ്പനി മുഴുവൻ ചായ കുടിച്ചോ?

മൂന്ന്

ഒരു കഷണം ചാക്ക്. ഒരു കറുത്ത ബോർഡ്. ബോർഡിൽ ഭൂപടത്തിന്റെ ബാഹ്യരേഖ വരച്ചിട്ടുണ്ട്. കുട്ടികൾക്കത് ഓർമ്മ നിൽക്കാൻ ബഹുവിഷമം. നിൽക്കുക, നോക്കുക, തുടരുക. എന്നാലും ധാരണ നിൽക്കുന്നില്ല. അത്രയ്ക്കും കടലിടുക്കുകൾ, ഉൾക്കടലുകൾ, കായലുകൾ.

ഒരു ഭൂപടത്തിൽ കടലിന്റെ നിറം എപ്പോഴും നീലയാണെന്ന് മനോവിഭ്രാന്തിയിലും തോമസ് ഓർക്കുന്നു.

താഴ്വരകളുടെ നീലിമയിൽ, നീലക്കടലിൽ വെയിലിന്റെ പൊന്നലകൾ. കടൽക്കരയിൽ ഒരു റോഡ് വരച്ചുവെച്ച ബാഹ്യരേഖയിലൂടെ വൺടണ്ണറോടിക്കയറി. കല്ലു വിരിച്ച നിലംപതിയിൽ വണ്ടിയിറങ്ങുമ്പോൾ ശിവാനന്ദൻ ചോദിച്ചു:

കോയി ധക്കാ ലഗാ?

തോമസ് മറുപടി പറഞ്ഞില്ല. അവന്റെ ധാരണകൾ ഒരോർമ്മയുടെ നീലക്കടലിൽ മുങ്ങി.

ഒരു കുട്ടി വരച്ചു പഠിക്കുന്നു. വാദ്ധ്യാർ ശ്രദ്ധിക്കുന്നുണ്ട്, വരച്ചുവെച്ച ബാഹ്യരേഖയിലൂടെത്തന്നെയല്ലേ?

ഒരു വളവിൽ ഒടിച്ചെടുക്കുമ്പോൾ ശിവാനന്ദൻ ചോദിച്ചു:

ഇപ്പം എങ്ങനെ?

സീറ്റിൽ തോളുകളുലഞ്ഞു. തള്ളും തെള്ളും തോന്നിയില്ല. ഇത്തവണ ധക്കാ എന്ന് ശിവാനന്ദൻ പറഞ്ഞില്ല!

അണ്ണനെ കൊള്ളാമല്ലോ. എനിക്ക് ധക്കാ മനസ്സിലായില്ലെന്നു ധരിച്ചോ?

ശിവാനന്ദൻ പറഞ്ഞു:

അടുത്ത തിരിവിൽ നോക്കാം. വണ്ടി റോഡറിയാൻ പാടില്ല. അതാകുന്നു ഡ്രൈവറുടെ മിടുക്ക്. സത്യം പറഞ്ഞാൽ തോമാച്ചാ, ലൈൻപാർട്ടി വിട്ടതുപിശകാ. കൊറെ നാളായി വണ്ടി തൊട്ടിട്ട്. നാട്ടീപ്പോയാ എന്നാ ചെയ്യും? ഇൻവോയ്സും വൗച്ചറുമെഴുതിക്കഴിയാൻ എനിക്കെന്തരു പടിപ്പ്? ഞാനൊരു ബസ്സോ ലോറിയോ വാങ്ങിക്കണമെന്നാണാലോചിക്കുന്നത്. ലോറിയായാൽ എങ്ങനെയുമോടിക്കാം. ബസ്സാണെങ്കി, ഒരു ബസ്സിനകത്ത് നൂറു പേരുടെ ജീവനെങ്കിലും നിറയും. ബസ്സെടുക്കുന്നൊരുത്തൻ ജീവന്റെ കൊള്ളക്കൊടുക്കയല്ലിയോ കൊണ്ടാടുന്നത്?

അയാളുടെ വർത്തമാനം നിന്നില്ല. അതൊട്ടു നിൽക്കുകയുമില്ല. തോമസ് വെയിലിനെക്കുറിച്ചാലോചിച്ചുപോയി. ഇത്രയും കാലം നീയെങ്ങു പോയി? അവൻ ഇനി നാട്ടിൽ പോവില്ല. ആരെങ്കിലുമൊരു വെടല ചോദിക്കുകയാണ്, തൊമ്മിക്കൊച്ചേ, എവിടാഡെ നിന്റെ പെമ്പിള? വെയിൽ പറഞ്ഞു: ഞാൻ ഹേമന്തത്തിന്റെ അന്തപ്പുരങ്ങളിലുറക്കമായിരുന്നു. ശിശിരം ചോദിച്ചു: വെയിലേ, നീയെന്റെ മണിയറയിലായിരുന്നല്ലോ! വെടല ചോദിക്കുന്നു: പെമ്പിളയെ കൊന്നതാണോ, വിറ്റതാണോ?

ഒരു വളവെടുത്ത് ആ വര മേലോട്ടു കുനിക്കുമ്പോൾ കുട്ടിയുടെ വിരലുകളിൽ ചോക്കു പാടേ വഴുതി.

അമലെല്ലാം പെട്ടെന്നിറങ്ങി തോമസ് നിവർന്നിരുന്നു. മണ്ടൂസേ, ഒരു കുനി തെറ്റിയാൽ കര, കടലിൽ. നീയിപ്പോൾ എത്രായിരങ്ങളെ കടലിൽ മുക്കിക്കൊന്നു? സ്ഥലത്തു വന്നിരിക്കൂ.

തോമസ് പറഞ്ഞു:

അണ്ണാ, നിർത്തിക്കോ.

ശിവാനന്ദൻ പറഞ്ഞു:

നിർത്താമെഡേ. ഒമ്പതാം മൈലായോ?

തോമസ് വീണ്ടും കടലിലേക്കുതന്നെ നോക്കിയിരുന്നു. വെയിലിന്റെ പൊന്നലകൾ മായുകയാണ്. രാവിൽ കുടുങ്ങിയ അമലിറങ്ങണമെങ്കിൽ കുടിച്ച സാധനം തന്നെ പകൽ കുടിച്ചുറങ്ങണം. അതിനിപ്പോൾ സമയ

മെന്തായി? ഇരുട്ടും മുമ്പെത്തിയാലായി. അവൻ മുകളിലേക്കു നോക്കി. സൂര്യൻ എവിടെ? കറുത്ത ബോർഡിൽ വരച്ചിട്ട ബാഹ്യരേഖകൾ പിരിഞ്ഞു കയറുന്നു.

ഞാനൊരു നാഴികക്കല്ലും കണ്ടില്ല.

ഒരു വളവുതിരിഞ്ഞ് ഒരു കയറ്റം കയറുമ്പോൾ വൺ ടണ്ണർ ചട്ടനെ നിന്നു. കടലിന്റെ നീലസ്വപ്നത്തിൽനിന്നുണർത്താൻ ശിവാനന്ദന്റെ കാൽക്കീഴിൽ ബ്രേക്ക് കരഞ്ഞു. സീറ്റിൽ പുറംതല്ലി തോമസ് തെള്ളി ത്തെറിച്ചു.

തെറ്റി, തെറ്റി!

അവൻ കടലിൽ വീണു. കുടിച്ച വെള്ളമിറങ്ങാതെ കണ്ണുകൾ വട്ടം വട്ടം പകയ്ക്കുമ്പോൾ ശിവാനന്ദൻ ഗിയർലിവർ തപ്പിപ്പിടിക്കുകയായിരുന്നു. കിട്ടി, പിടികിട്ടി. എല്ലാം തോമസ് കാണുന്നുണ്ട്. ഗിയർ ലിവറിൽ താളം തട്ടി റിവേഴ്സിലേക്കു വീഴുമ്പോൾ ശിവാനന്ദൻ വിറയ്ക്കുന്നുണ്ട്. അവനി രുന്നു വിയർക്കുന്നു.

തോമസ് ഒന്നലറി:

റിവേഴ്സ്!

അലറിവന്നത് അണ്ണാക്കിൽ തങ്ങി പിളന്ന വായോടെ ഇരുന്നു. ഇറ ക്കാൻ വയ്യ, ഉപ്പ്. തുപ്പാൻ വയ്യ, തളർന്നു.

മോട്ടോറിന്റെ തുടികൊട്ടി വൺടണ്ണർ പിന്നോട്ടിറങ്ങി. പിന്നിൽ നീലക്കടൽ ഭദ്രം! ഇതേ വഴിയിലൂടെ തിരിച്ചു വരാൻ.... അവന്നെല്ലാമോർമ്മ കിട്ടി. ഒമ്പതാം മൈലെത്തി.

ബ്രേക്ക് ബ്രേക്ക് ബ്രേക്ക്.

വാദ്ധ്യാർ കുട്ടിയെ ശാസിച്ചു.

ശിവാനന്ദന്റെ കറുത്ത കൈ ഗിയർലിവറിൽത്തന്നെ. ആ കൈത്തണ്ട വിറച്ച് ആ കൈത്തണ്ട വിയർത്ത് ഒരു തുള്ളി ജലം....

ഈ വിയർപ്പിലും ഉപ്പുണ്ട്. നിന്റെ തൊഴിൽ നിന്റെ ഉപ്പാകുന്നു.

തോമസ് ഇരുന്നലറി.

ബ്രേക്ക് ബ്രേക്ക്.

ശിവാനന്ദന്റെ തുടകൾ തുള്ളി, പുറവടികൾ പെഡലുകളിൽ തെള്ളി അവൻ കാലുകളെടുത്ത് കാർപ്പെറ്റിൽ മടമ്പുകുത്തിയമർന്നു. ഹാൻഡ് ബ്രേക്കിൽ പിടിക്കാൻ വലത്തോട്ടായുമ്പോൾ ശിവാനന്ദൻ തടുത്തു:

ചാടിക്കോ.

ഒർത്ഥമറിയാതെ തന്നത്താനോർക്കാതെ തോമസ് ജല്പിക്കുന്നുണ്ടാ യിരുന്നു.

ബ്രേക്ക് ബ്രേക്ക്.

സ്ലോ റണ്ണിൽ തണിയുന്ന മോട്ടോറിന്റെ തുടികൊട്ടിൽ വൺടണ്ണർ മദരസമാടിയിറങ്ങി. വെളിയിൽച്ചാടാൻ ഡോർ തുറക്കുന്ന കൂട്ടത്തിൽ ശിവാനന്ദൻ ഓർമ്മിപ്പിച്ചു:

ജീവൻ വേണേൽ ചാടിക്കോ.

ഹാൻഡ് ബ്രേക്കിലേക്കു വീഴുന്ന കൈ തട്ടിക്കളഞ്ഞു. ശിവാനന്ദൻ അവനെ ഒന്നു നോക്കി.

ചൊകന്ന കണ്ണുകളിൽ, കാലൻ!

ഈ കാലൻ എന്നെക്കൊല്ലും; വണ്ടിമറിക്കും. ഒരമലും തോമസ്സിനില്ല. മതിഭ്രമമില്ല. എല്ലാം വെള്ളംപോലെ. ഇവന്റെ കൈയിൽ വണ്ടി കൊടുക്കാൻ എനിക്കെങ്ങനെ തോന്നി. എന്തിനുതോന്നി?

ശിവാനന്ദൻ സാവകാശമിറങ്ങി.

വണ്ടിയിറങ്ങിപ്പോകുന്നു.

റാക്കിലിരുന്ന റൈഫിൾ പറിച്ചെടുത്ത് തോമസ് വെളിയിൽച്ചാടി.

ശിവാനന്ദൻ പറഞ്ഞു:

റൈഫിളങ്ങു കളഞ്ഞേര്.

തോമസ് മനസ്സിൽക്കരുതി, നിന്റെ നെഞ്ചിലേക്ക്.

ശിവാനന്ദൻ ചോദിച്ചു:

റൈഫിളിന്റെ ബോൾട്ടെവിടെ? അതെടുത്തോണ്ടു കമ്പനിയിൽ ച്ചെന്നാൽ നിന്നെ കോർട്ട് മാർഷൽ ചെയ്യും. വണ്ടി കയറ്റി ബോൾട്ട് ഉടച്ചതാര്?

റൈഫിൾ വീലിന്നിട്ടാൽ വണ്ടി നിൽക്കുകയില്ല. തോമസ് പറഞ്ഞു:

കല്ലെടുത്തിട്. കല്ല് കല്ല്.

ഒരു വെളിപാടിൽ, ഒരു കല്ലു തിരഞ്ഞു. തോമസ് പകച്ചു. ഒരൊറ്റ ക്കല്ലു കാണാനില്ല. എങ്ങും പാറക്കെട്ടുകൾ മാത്രം. മെറ്റൽ നിരത്തിയ റോഡിൽ ചുവടുകുഴഞ്ഞ് അവനോടാനും വയ്യ. പരക്കംപാഞ്ഞ് ഒരു കല്ല് തേടിയെടുത്തു വന്നപ്പോൾ–

അവനെ തൊഴാൻ പിൻകാലുകളിലിരിക്കുന്ന വൺടണ്ണർ.

പോയല്ലോ!

വൺടണ്ണർ മസ്തകമുയർത്തി, വാ പിളർന്ന്, നെഞ്ചു മലർത്തി. എന്നെ ക്കണ്ടോ?

നിന്നെ–

നിന്നെ ഞാൻ കൊലയ്ക്കുകൊടുത്തു. നിന്റെ ജീവൻ–

പിന്നിലെ വീലുകൾ റോഡിൽനിന്നിറങ്ങുമ്പോൾ ഒന്നു ഞെട്ടിയ വൺ ടണ്ണർ പിന്നോട്ടു മലച്ചു.

ഒരു ജീവൻ തകരുമ്പോൾ ശിവാനന്ദൻ തിബത്തനെപ്പോലെ ചിരിച്ചു.

ഓഹോഹൊ!

അയാൾ നെഞ്ചിൽ തട്ടി, പതിനായിരം. രണ്ടേ രണ്ടു വാക്കിന് പതിനായിരം നേടി:

വണ്ടി മറിഞ്ഞു.

എന്നിട്ടോ?

ഞങ്ങൾ ചാടി, ജീവൻ കിട്ടി.

ഓഹോഹൊ!

തോമസ്സിന്റെ തോളിൽ കരിങ്കല്ലു ഞെരിഞ്ഞു. പല്ലു ഞെരിഞ്ഞോ ഞെരിയുന്നുണ്ടോ? അവന്നറിയാൻ പാടില്ല. തോളിൽ കല്ലു ഞെരിഞ്ഞു.

ഇനി ഈ കല്ലെന്തിന്?

കല്ല് അവന്റെ തോളിൽ കുഴിഞ്ഞു. അവന് കർണ്ണം പൊരിഞ്ഞു.. ആ കല്ല് രക്തധമനിയിലേക്കിറങ്ങി. ഹൃദയത്തിന്റെ വാൽവുകൾ പിളർക്കും മുമ്പെ നെഞ്ചിൽ പൊരിഞ്ഞ വിമ്മിട്ടം പൊക്കാൻ. ആ കരിങ്കല്ലു പറിച്ചെടുത്ത് അതു കൈകളിൽ പൊക്കി അളന്നെടുത്ത ചുവടികളിൽ അവൻ താഴോട്ടു നടന്നു. രക്തം മുഴുവൻ ശിരസ്സിലടിച്ച് അതു ചോപ്പായി, തീയായി കണ്ണുകളിൽ ജ്വലിച്ച് അഗ്നിശലാകകളായി ശിവാനന്ദന്റെ നെഞ്ചു പിളർക്കാൻ–

ആദ്യത്തെ പാറക്കെട്ടിലേക്കു വീഴുമ്പോൾ വൺടണ്ണർ ഒന്നലറി. ശിവാനന്ദൻ നെഞ്ചിൽ പൊത്തി. പതിനായിരം–

പതിനായിരം ഭദ്രം.

അപ്പോൾ പിന്നിൽ കൊലവിളി.

തോമസ്സിനെ തിരിച്ചറിഞ്ഞില്ല. അവനെറിഞ്ഞ കരിങ്കല്ലിൽ നിന്നൊഴിഞ്ഞുമാറുമ്പോൾ ശിവാനന്ദൻ അടി പതറി.

തോമാച്ചാ....

ഒരു നിലവിളിയും തോമസ് കേട്ടില്ല. ആ കല്ല് മുതുകു തകർത്ത് ശിവാനന്ദൻ വീണു. വീഴുകയോ, ശിവാനന്ദൻ വീഴുകയോ? എന്റെ മുത്തച്ഛാ.... അയാളെണീറ്റ്, എണീക്കാനാകാതെ ഞെരിഞ്ഞ് ഒരു പട്ടിയുടെ നന്ദി നിറഞ്ഞ കണ്ണുകളോടെ തോമസ്സിനെ നോക്കി പിന്നിലെ കീശയിൽ നിന്ന് കൈത്തോക്കെടുത്തു.

നിന്നെ ഞാൻ തിന്നും!

താടിയെല്ലു വിറച്ച് മെറ്റലിൽ കുത്തിയ കൈ ഞെരിഞ്ഞ് നന്ദിയുള്ള കണ്ണുകളിൽ കാലനിറങ്ങി കൈത്തോക്കു ചൂണ്ടുമ്പോൾ തോമസ് പുറംകാലിട്ടു തൊഴിച്ചു.

പട്ടി!

പട്ടി!

തോമസ് തൊഴിച്ച കാൽ ശിവാനന്ദൻ വാരി. തോമസ് വീണത് ശിവാനന്ദന്റെ പുറത്തായിരുന്നു. അവന്ന് കരിങ്കല്ലെടുക്കാൻ കൈ എത്തുന്നില്ല. കല്ല് കൈയിൽ കിട്ടാൻ അവൻ കിടന്നു ഞെരിഞ്ഞു.

നിന്നെ നിന്നെ നിന്നെ....

നാല്

പാറക്കെട്ടിലറഞ്ഞുകിടന്ന് മേജർ നായർ യതിയെ കണ്ടു.

യക്ഷിയോ!

ഒരടുക്കു കമ്പിളിയിൽ ചാഞ്ഞുകിടന്ന് ആപ്പിൾപ്പഴം മുറിച്ച് മെല്ലെ മെല്ലെ ചോരയൂറ്റുന്നു. താൻ പ്രാതൽ കഴിച്ചിട്ടില്ലെന്നു നായർ പെട്ടെന്നോർത്തു.

ഉത്ക്കണ്ഠയുടെ പട്ടുനൂലിഴയിൽ കിടന്ന് ഗൂർക്കകൾ കണ്ടു. ഒരുപറ്റം ലാമകൾ മൃഗങ്ങൾ.

കാഞ്ചിയിൽ തൊട്ട് തൊടാതെ ചൂണ്ടുവിരൽചേർത്ത് തോക്കു നീട്ടിക്കിടക്കുന്ന മൻബഹദൂറിന്റെ ജീവൻ വിരൽത്തുമ്പിൽ വിങ്ങി. നിലത്തറയുന്ന നെഞ്ചിടിപ്പിന്റെ മാറ്റൊലി തോക്കിന്റെ പാത്തിയിലൂടെ മൂഢഗർജ്ജനങ്ങളായി അവന്റെ ചെകിട്ടിലെത്തി മുഴങ്ങി.

മേജർ നായർ ഗൂർക്കകളെ പരക്കെ ഒന്നു നോക്കി. കൊല്ലരുത്. വെടിവെക്കരുത്. എല്ലാവർക്കും മനസ്സിലായില്ലേ? അവർ അല്പമൊന്നനങ്ങിയപ്പോൾ നായർ വിലക്കി: അനങ്ങരുത്. തല വെളിയിൽ കാണരുത്, എല്ലാവർക്കും മനസ്സിലായല്ലോ.

നായർ സാവധാനം എണീക്കുമ്പോൾ ഗൂർക്കകൾ അമ്പരന്നുപോയി. സാഹേബിനെ യതി കൊല്ലുമോ?

നായർ കൈകാണിച്ചു

സ്വസ്തി, സ്വസ്തി!

മുന്നിൽ മലർത്തിയ കൈ അനക്കാതെ അദ്ദേഹം മുഖവുര പറഞ്ഞു, താഴെ ഇരിക്കുന്ന സുഹൃത്തുക്കളോട്: ഒരാളും അനങ്ങിപ്പോകരുത്, അനങ്ങിപ്പോയാൽ കൊല്ലും!

മൃഗങ്ങൾ പകച്ചുനോക്കി. ലാമമാർ വിരണ്ടു. അവർ എണീക്കാനായുമ്പോൾ മേജർ പറഞ്ഞു:

ഇരിക്കണം! അനങ്ങിപ്പോയാൽ കൊല്ലും.

കൊല്ലരുതേ!

അവളുടെ കൈയിൽ പതാക. വെറുമൊരു വെള്ളത്തുണി. ആപ്പിൾ താഴത്തിട്ട് അവൾ പെട്ടെന്നെണീറ്റു.

ഇൻഡ്യ!

ഒരു നിമിഷത്തേക്കെങ്കിലും മേജർ നായർ പരിസരം മറന്നു. ഇൻഡ്യയല്ലെന്ന് മനസ്സു ശഠിക്കുന്നുണ്ട്. ഇവൾ ഇൻഡ്യയല്ല, യക്ഷിയാകുന്നു. യതി എന്നുപോലും മനസ്സു ധരിക്കുന്നില്ല. ജൽദപാരയിൽനിന്നു തുടങ്ങി, അവൾ ഇൻഡ്യയുടെ രക്തമൂറ്റുകയാണ്. അവളെ ജീവനോടെ പിടിക്കണം. ജീവനോടെ പിടിക്കാമെന്ന് നായർക്കു തോന്നുന്നുണ്ട്. അവളുടെ കൈയിൽ ഒരു വെള്ളത്തുണി, ഒരു കൈ നെഞ്ചിൽ. കൊല്ലരുതേ!

അവൾ എണീറ്റുനിന്നപ്പോൾ എന്നോ കണ്ടൊരു ചിത്രം, നായരുടെ മനസ്സു നിറഞ്ഞു. ഒരു ദേവത. അവളുടെ ഒരു കൈയിൽ പതാക, ഒരു കൈയിൽ ശിസ്സുകൾ. ദേവതയുടെ പാദങ്ങളിൽ. വസ്ത്രാഞ്ചലത്തിൽ. പതാകയിൽ, വാർമുടിയിൽ ഇന്ത്യയുടെ ഭാഗ്യരേഖകൾ തികയുന്നു.

അന്ന് മേജർ നായർ ഗോവിന്ദൻകുട്ടിയായിരുന്നു. ആ കുട്ടിക്ക് ഭാഹ്യ രേഖകളറിഞ്ഞുകൂടാ.

ഭാഗ്യരേഖകൾ!

ഇന്നും ഇൻഡ്യയെന്നോർക്കുമ്പോൾ എന്നോ കണ്ടൊരു ചിത്രം മനസ്സു നിറയുന്നു. നായർ പറഞ്ഞു:

ഓരോരുത്തരായി മുന്നോട്ടുവരണം. കൈകൾ മേലോട്ടു പൊക്കിക്കൊണ്ടുതന്നെ വരണം. മനസ്സിലാകുന്നുണ്ടോ?

താഴെ പരവശപ്പെട്ടിരിക്കുന്ന തിബത്തരോട് അവളെന്തോ പറഞ്ഞു ധരിപ്പിച്ചു. പിന്നെ അവൾ കൈ തെക്കി.

ഒരാളെണീറ്റ് രണ്ടു കൈകളുമുയർത്തി മുന്നോട്ടു നടന്നു. ഒരു പാറമേൽ കാൽ കയറ്റിവെച്ച് അവൻ മേലോട്ടായുമ്പോൾ കൈകൾ വീണു.

മേജർ നിർദ്ദയം ക്ഷോഭിച്ചു.

കൈകൾ പൊക്കിത്തന്നെ കയറിവരണം. ഇനി കൈ താഴ്ത്തിയാൽ വെടിവെക്കും, കൊല്ലും.

കിതച്ചും വിയർത്തും തിബത്തൻ കയറിവന്നു. കൈകൾ താഴാതെ, താഴ്ത്താതെ അവൻ താഴോട്ടിറങ്ങി. തടാകത്തിന്റെ കരയിൽ തിബത്തരും മൃഗങ്ങളും നിരന്നപ്പോൾ മേജർ നായർ യതിയോടു ചോദിച്ചു:

നിങ്ങൾ എവിടുന്നു വരുന്നു?

അവൾ പറഞ്ഞില്ല.

എങ്ങോട്ടു പോകുന്നു?

അവൾ പറഞ്ഞില്ല.

മേൽച്ചുണ്ട് നുണഞ്ഞ് ദാഹമൊടുക്കുന്ന അവളുടെ തുടുത്തു ചുവന്ന നാക്കിൽ–

പറയൂ നീയാർ?

അവളുടെ നാക്കിൽ ചെമ്പരത്തിപ്പൂ വിരിഞ്ഞു. അവൾ നിർല്ലോഭം മേൽച്ചുണ്ടു നുണഞ്ഞു.

ഹവിൽദാർ മൻബഹദൂർ ചൊടിച്ചു:

നിന്നെക്കൊല്ലും! നിന്നെക്കൊന്ന് ഈ തടാകത്തിലാഴ്ത്തും. സത്യം പറഞ്ഞേക്ക്, നീയാർ?

അവൾ ചിരിച്ചു എന്നു തോന്നി, വെണ്മ. മൻബഹദൂറിന് പെട്ടെന്ന് കുളിരുകോരി. ആരും ചിരിച്ചിട്ടില്ല. മഞ്ഞുതിരുകയായിരുന്നു. പുതുമഞ്ഞിന്റെ പഞ്ചസാരത്തരി നുണഞ്ഞ് അവൾ ദാഹമൊടുക്കി.

മേജർ നായർ അത്ഭുതപ്പെട്ടു.

മഞ്ഞോ, ഈ മഞ്ഞ് എവിടന്നെത്തി?

അവളുടെ തുടുനാക്കിൽ മരണമോ?

മരണം നുണഞ്ഞിറക്കാൻ, വാരിപ്പുണരാൻ മേജർ നായർ മോഹിച്ചു. മരണത്തിന്റെ നഗ്നനൃത്തം കെ.ജി. നായർ കണ്ടു.

അഷ്ടാവക്രൻ ജടപറിച്ചെറിയുംപോലെ മഞ്ഞുപാളികൾ ചീറിപ്പറന്നു. പിന്നെ ചൂളംവിളികളുയർന്നു. ദാരികന്റെ പോർവിളിപോലെ, ആയിരം ചൂളംവിളികളോടെ ഹിമചക്രവാതം താഴ്വരയിലേക്കിറങ്ങി. ശീതത്തിന്റെ ആയിരം തിരിയുളികളിറങ്ങി രോമകൂപങ്ങളും മാംസവും മജ്ജയും മരവിക്കാൻ തുടങ്ങുമ്പോൾ ചുമടേറ്റിയ മൃഗങ്ങൾ ചുരമാന്തിക്കുതിച്ചു. കാലൻ കയറിവന്ന പോത്തുകൾ തടാകത്തിന്റെ കരയിലൂടെ, നീർച്ചാലിലൂടെ മുക്രയിട്ടലറിപ്പായുമ്പോൾ അടിയനക്കാനാകാതെ, കൈ പൊക്കാനാകാതെ ഒച്ചപൊക്കാൻ പിളർന്ന വായിൽ വാക്കുമുട്ടി, ശ്വാസംമുട്ടി ഗൂർക്കകൾ മിഴിച്ചു നിന്നു. ചുഴലിയുടെ ആയിരം കൈകൾ അവരെ ചുറ്റിപ്പിടിച്ചു, ചുഴലി അവരെ പിഴുതുയർത്തി. ചുഴലി അവരെ പൊക്കിയെറിഞ്ഞു.

തിബത്തരും ഗൂർക്കകളും പൊങ്ങിപ്പറന്നു മായായുദ്ധംപോലെ. തടാകത്തിന്റെ നീലകായപ്പരപ്പിൽ ഗൂർക്കകളും തിബത്തരും നുറുങ്ങിവീണു.

ദേവി പരത്തിയ ചുടുനാക്കിലേക്ക് മേജർ നായർ കടയറ്റുവീണു.

അഞ്ച്

ആംബുലൻസ് പോയ വഴിക്കുനോക്കി രാജൻ വെളിയിൽ നിന്നു. അതെങ്ങോ ചെന്നെത്തി. പക്ഷേ, തിരിച്ചുപോകാൻ മനസ്സില്ല. മനസ്സിൽ മരണമെറ്റിവിട്ട തരംഗങ്ങൾ തിറമ്പിനിന്നു. ഒരുപക്ഷേ, മരിച്ചിട്ടു

ണ്ടാവില്ല. അപ്പോൾ ആംബുലൻസ് തിരിച്ചുവരും. മേജർ കണ്ടപാടേ ചോദിക്കും:

ഹലോ, എല്ലാമെങ്ങനെ നടക്കുന്നു?

സർ, തഥൈവ. പക്ഷേ, ചെറിയൊരു മാറ്റം.

അതെന്താ?

ഇന്നലെ താങ്കളിവിടെ ഉണ്ടായിരുന്നു.

ഇന്ന് ഞാനെവിടെപ്പോയി?

രാജൻ, തെറുമ്പുനുള്ളി തൂണാക്കുന്ന ഇടപാട് മറക്കൂ. അത്രയ്ക്കൊന്നും സെന്റിമെന്റലാകരുത്. ഒരു മനുഷ്യന്നു പെട്ടെന്നു മരിക്കാൻ കഴിയില്ല. ഡോക്ടർ കീറിമുറിച്ച് അന്തിമ തീരുമാനമെടുത്താൽ മാത്രം മനുഷ്യൻ മരിച്ചു തീരുന്നു.

മരിച്ചുതീരുന്നു!

മനസ്സിൽ വീണ്ടും ഒരെറ്റുകൊടുത്തു. മരിച്ചുതീരുമ്പോൾ ജീവിതമൊടുങ്ങുമോ?

വെയിലുണ്ടായിരുന്നു.

വെയിലോ, വെയിലിന്റെ പൊട്ടിച്ചിരിയോ?

എനിക്കു ചിരിക്കാൻ വയ്യ. മരിച്ചുകൊണ്ടിരിക്കുമ്പോൾ ചിരിക്കാമോ? താൻ മറന്ന വേർപ്പിന്റെ സൂചികണങ്ങളുണർന്ന് രോമക്കാലുറയുടെ, തൊങ്ങുകളോടുരസുമ്പോൾ-

ഇലകൊഴിഞ്ഞ മരച്ചില്ലകളിൽ തളിരുകളോ,

പൂമൊട്ടുകളോ,

വസന്തത്തിന്റെ രോമാഞ്ചമോ?

ഇടിവെട്ടിലുണർന്ന കൂണുകളോ?

വെയിലിന്റെ പിറന്നാളാണോ?

സൂര്യന്റെ.....

സൂര്യനാണെന്നു തോന്നുന്നില്ല. സൂര്യൻ നിരക്കിയ വെങ്കലത്തളിക നീലാകാശം മെഴുകി മിനുക്കി. സ്വച്ഛം നീലമനന്തം. അനന്തൻ പാൽക്കടലിൽ, ആയിരം മടക്കുകളിൽ പർവ്വതശൃംഖലകൾ മുങ്ങിമുങ്ങാതെ.

നീയോ അനന്തൻ?

ഉൽപ്പത്തിയുടെ കഥകളിലെല്ലാം സർപ്പം.

എന്തിനു സർപ്പം?

ഉൽപ്പത്തിയുടെ കഥകളിലെല്ലാം പ്രളയം.

എന്തിനു പ്രളയം?

ഈ ഭൂമി ചള്ളായിരുന്നപ്പോൾ വാതകസംഘാതമായി, അയണധൂളി പടലമായി, പ്രപഞ്ചമഹാവിസ്തൃതിയിൽ ഒരു പുള്ളിക്കുത്തായി-

സങ്കല്പിക്കാൻ വയ്യല്ലോ, ഞാനൊഴുകുന്നല്ലോ. ഞാനോ എന്റെ പ്രജ്ഞയോ?

പാൽക്കടലിന്റെ കഥയറിഞ്ഞ മഹർഷികളേ, മാപ്പുതരൂ!

ഭൂമി ചള്ളായിരുന്നപ്പോൾ, പാൽപ്പതയായിരുന്നപ്പോൾ, പൃഥിവിക്കും, പ്രളയങ്ങൾക്കും മുമ്പ് അമൃതിൽ ജീവരാശികളുരിത്തിരിയുമ്പോൾ-

അവ തളരുന്നു.

അന്നു തുടങ്ങി മരണം.

വിഷമോ,

വിഷവാതകമോ,

അതോ സർപ്പക്കഥ?

മാനസികവികല്പങ്ങളിൽ അയാളൊഴുകി നടന്നു. പിന്നെ പെട്ടെന്ന് കുളിരു തോന്നി. രാജൻ മിഴിച്ചുപോയി.

വെയിലെവിടെ?

ഗ്രഹണംപോലെ.

തണുത്തുറയുന്നു. ഓവർകോട്ട് വേണം. പക്ഷേ, അയാളവിടെത്തന്നെ നിന്നു. ഒരു കാളമേഘം. കാളമേഘത്തിന്റെ സർപ്പഫണം താഴ്‌വരകളിൽ നിന്നുയർന്ന്, പർവ്വതങ്ങളെ ഗ്രസിച്ച് കാഞ്ചനഗംഗയിലേക്കുയരുന്നു.

നിന്നെ വിഴുങ്ങുമോ?

മഹാശിഖരത്തിൽ വെള്ളക്കാളയുടെ പൂഞ്ഞക്കെട്ടിൽ പെരുമാളെവിടെ?

ഹര ഹര ഹര

കുളിരിന്റെ വജ്രമിറങ്ങി തോൽ പൊളിയുന്നു. മാംസമെരിയുന്നു. എന്നിട്ടുമയാൾ അവിടെത്തന്നെ നിന്നു. കാളമേഘത്തിന്റെ കരാളദൃശ്യം കണ്ടേ മതിയാവൂ.

കുളിരോ ഭയമോ?

കാകോളസ്മൃതിയോ?

ദിഗന്തങ്ങളെ വിഴുങ്ങി മേലോട്ടു മേലോട്ടിഴയുന്ന കാളമേഘത്തിന്നു മീതെ വെൺമയുടെ ശിഖരതലം വെള്ളിവാളായിക്കിടന്നു.

കാലിൽ കത്തിയിറക്കുക, കത്തി. നിന്നെ സർപ്പം വിഴുങ്ങുന്നു. സർപ്പത്തിന്റെ വാ പിളരുന്ന വാൾമുന അമ്പിളിക്കലപോലെ.

തിങ്കൾ!

ശിവന്റെ തിങ്കൾ!

നീയോ പരമശിവൻ?

ശിവനെന്ന ഉദാരസുന്ദരഭീകരസങ്കല്പം മനസ്സിലുണർന്നു. പക്ഷേ, മുങ്ങിപ്പോകുന്ന മനസ്സു നിറയെ ഹിമാലയമായിരുന്നു.

നീയോ പരമശിവൻ?

ആദികലാകാരൻ?

നിന്റെ കഴുത്തിൽ സർപ്പം.

സർപ്പം കക്കിയ കാകോളം.

ജടയിൽ തിങ്കൾ...

മഹാശിഖരത്തെ വിഴുങ്ങുന്ന ലോകം. വിഴുങ്ങുന്ന കാളസർപ്പത്തെ പിളരുന്ന തിങ്കൾ.

ജടയിൽ തിങ്കൾ.

പിന്നിൽ ഗംഗ.

നീയോ പരമശിവൻ?

പിന്നിൽ ഗംഗം.

മുന്നിലോ?

മുന്നിൽ മൂന്നാം കണ്ണിൽ ദുർഗ്ഗ.

കലാരൂപിണി.

കരാളരൂപിണി.

സംഹാരരൂപിണി.

ദുർഗ്ഗ.

ദുർഗ്ഗ വരുന്ന വരവിൽ ഓരാരവമുതിർന്നു. അസഹ്യമായ കുളിരിൽ രോമകൂപങ്ങളോളം ചുരുണ്ടുചുരുങ്ങി അയാൾ നിന്നു വിറച്ചു.

ചരൽപോലെ, നെല്ലിക്കപോലെ.

ഓവർകോട്ടെടുക്കണമെന്ന് അയാളാശിച്ചു. നടക്കുമ്പോൾ വെച്ചടിയിൽ കാലുകളുരുണ്ടുപോകുന്നു. ഒരു കോൽക്കളിയുടെ ആരവമുതിർത്ത് കറുത്ത ആകാശം കല്ലെറിയുന്നു.

ആലിപ്പഴമോ?

താണ്ഡവമോ?

കൽക്കണ്ടംപോലെ, വെള്ളാരം കല്ലുകൾപോലെ.

ഇപ്പോൾ, ഇപ്പോൾ വെയിലായിരുന്നു. എന്റെ ഹിമാലയമേ!

നിന്റെ രൂപം! ഭാവം.

ആരറിവൂ?

നോക്കൂ, ഭൂമി വെളുത്തു. എല്ലാവരേയും വിളിക്കണമെന്നുണ്ട്. ഓടി വരൂ, ഇതെന്തൊരു ദൃശ്യം! ഓടിവരൂ.

വാക്കുകൾ രൂപപ്പെട്ടില്ല.

ലോകം കറുത്തിട്ട്.... ഭൂമി വെളുത്തിട്ട്.... തമസ്സിന്റെ ഒരു നീരാളി, അതിന്നായിരം കൈകൾ വെളുത്തിട്ട്. ആ കൈകൾ ഭൂമിയെപ്പുണർന്നു.

ഒരു കാളസർപ്പം, അതിന്നായിരം നാക്കുകൾ വെളുത്തിട്ട്. ആ നാക്കുകൾ ഭൂമിയെ നക്കിയെടുത്തു.

ഒരു കാളമേഘം പർവ്വതങ്ങളിൽ തല്ലിത്തകരുമ്പോൾ-ഉരുൾപൊട്ടിയ പ്പോൾ-

മലഞ്ചെരുവിൽ ആയിരം വെള്ളിരേഖകൾ.

ആയിരം വെള്ളിച്ചാലുകളിൽ പ്രളയം.

മലയിറങ്ങിവരുന്ന ജലപ്രളയം കണ്ട് രാജൻ നടുങ്ങി.

നീയോ പരമശിവൻ?

ഒരാളെ ഒന്നു വിളിക്കാൻ, മനസ്സു നിറയെ ശിവനായിരുന്നു. താണ്ഡവ ത്തിന്റെ തുടികൊട്ടായിരുന്നു.

നീയോ പരമശിവൻ?

ആദികലാകാരൻ? ആനത്തോലും വെണ്ണീറും.

ആരണിവൂ?

ആരൊരു ചിതയിൽ നൃത്തം ചെയ്വൂ?

ആദികലാകാരൻ?

കല ദുഃഖത്തിൽനിന്നുയിരെടുത്തു.

സതിയുടെ ചിതയിൽ-ദുഃഖം.

നടനം.

രോഷമുണർന്നാൽ താണ്ഡവമോ?

ആലിപ്പഴമോ?

വീഴും, രാജശേഖരൻ വീഴും. വരൂ ഓടിവരൂ. അയാൾ ബങ്കറിന്റെ വാതിൽക്കലെത്തി. ആരെ വിളിക്കാൻ?

കിട്ടിപ്പോയ്.

കിട്ടിയ പേരെടുത്ത് രാജൻ വിളിച്ചു.

ശിവാനന്ദൻ!

ആറ്

ഹോഷിയാർ....

മേലും കീഴും നടന്നു മേസ്തിരി വിളിച്ചു. തൊഴിലാളികളുടെ തലയെണ്ണി ഓരോ വളവിലും അയാൾ നിന്നു. എവിടെ നിന്നാലും അവരെ മുഴുവൻ കാണാൻ വയ്യ. കണ്ണുതെറ്റിയാൽ പെൺപട പേൻനോക്കുക യാവും. പുരുഷന്മാർ ചെള്ളുപെറുക്കും. റോഡിൽ ഒരു വേല നടക്കില്ല. ഈ റോഡ് ഒരുകാലത്തും കുറ്റം തീരില്ല.

ഹോഷിയാർ....

ആ വിളി വിസിലിലൂടെ ചീറി വരുന്നു. വിസിലെന്നാൽ വെറുമൊരു വിസിലല്ല, വിസിൽ ആർട്ടിലറി. അതിന്റെ നാദം പാറ തുളയ്ക്കും. വിസിലിന്റെ വീർപ്പിൽ നെഞ്ചു വിരിഞ്ഞ് മൂന്നു പീത്തകൾ തൈയ്ച്ചു വെച്ച കൈകൾ വീശി അയാൾ നടന്നു. കണ്ടോ, ഞാനൊരു ഹവിൽ ദാരായിരുന്നു, പണ്ട്. ഇതെന്റെ പഴയ ജർസി, പച്ച. വരച്ച വരയിൽ ഞാനൊരു പാൾട്ടൺ നിർത്തി. ഓരോ ചുവടിലും താനേ വീർത്ത്, പർവ്വത ത്തോളം തലയെടുത്ത്, റോഡോളം ചുവടുകൾ വീശി, മേസ്തിരി നട ന്നെത്തി.

റോഡിലേക്കിടിഞ്ഞ വമ്പാരം പാറകൾ കൂറ്റൻ ചുറ്റികയേറ്റു തകർന്നു. എതിരേ നിന്ന മല്ലന്മാർ മാറിമാറി കൂടമിടുമ്പോൾ തമ്മിൽത്തമ്മിൽ ശപിച്ചു:

നിന്നെ.

നിന്റപ്പനെ.

നിന്നെ.

നിന്റമ്മയെ.

മേസ്തിരി നിന്നു. സന്തോഷം. ചുണ്ടിലിരുന്ന വിസിൽ മാറ്റി അയാൾ തൽക്കാലത്തേക്കധികാരമൊഴിഞ്ഞു. അല്പം നർമ്മഭാഷണമാവാം.

അച്ഛനും അമ്മയുമെന്തു പിഴച്ചു?

ഞങ്ങളെ സൃഷ്ടിച്ചു.

ഒരു മല്ലൻ കൂടമടിച്ചു.

സൃഷ്ടിച്ചു.

ഞങ്ങളെ സൃഷ്ടിച്ചു.

അതേ തെറ്റ് നിങ്ങളാവർത്തിക്കുന്നു.

ഒരു മല്ലൻ താരി പുതുക്കി.

എങ്കിൽ–

എന്നെക്കൊല്ലുക.
നിന്നെക്കൊല്ലുക.
അവർക്കതിൽ ചൂടും രസവും മുറുകി.
നിന്നെ.
നിന്നെക്കൊല്ലും.
നിന്നെ.
മേസ്തിരി ചിരിച്ചു.
എന്നെക്കൊന്നാൽ പാറ തകരില്ല. റോഡുപണിയും തീരില്ല. കാലവർഷ ത്തിന്നു മുമ്പ് നമുക്കീ റോഡ് കുറ്റം തീർക്കണ്ടേ?
റോഡ് കുറ്റം തീർക്കേണ്ടത് തന്റെ ചുമതലയാണെന്നോർമ്മ വന്ന പ്പോൾ മേസ്തിരി വിസിലെടുത്തു.
ഹോഷിയാർ....
അയാൾ നടന്നകലുമ്പോൾ പിന്നിൽ താളം മുറുകി.
നിന്നെ-
നിന്നെക്കൊല്ലും.
നിന്നെ.
ആ പാറ പാകത്തിന്നു തകർന്നു. ഗതികേടിന്റെ ഏടാകൂടം വഴിയിൽ നിന്നും നീക്കാൻ ബീണ്ടിയെടുത്തു.
ഹെയ്യാ!
ഓ, ഹെയ്യാ!
ബീണ്ടികളിട്ടു നിരക്കി, റോഡു മുടക്കിയ കൂറ്റൻ താഴോട്ടു മറിഞ്ഞു.
ഹെയ്യാരെ ഹെയ്യാരെ ഹെയ്യാ!
വണ്ടികൾ കുത്തിപ്പിടിച്ച് അല്പം വിശ്രമിക്കുമ്പോൾ അവർ അഗാ ധതകളുടെ ആഴമളന്നുനോക്കി. പാതാളത്തിൽ പതിച്ച പാറയുടെ മാറ്റൊലി കയറിവരുന്നുണ്ടോ എന്ന് അവർ ചെവിപാർത്തു.
ഹോ...
ഒരു കാറ്റിന്റെ, ഒരു ചുഴലിയുടെ ഹുംകാരം കേട്ട് മല്ലന്മാർ പകച്ചു. അവർക്ക് പെട്ടെന്ന് വിയർപ്പറഞ്ഞു. പെട്ടെന്നു വന്ന കാറ്റിൽ ഒരു നിര ആലിപ്പഴമുതിർന്നു. ചുറ്റികയെറിഞ്ഞ് സ്ത്രീകളെണീറ്റു. തീമഴയോ! വീണ്ടും ഒരു കാറ്റു വരുന്നു, ഒരു മുറം ചൊരിയുന്നു. പാറക്കെട്ടിൽ തമരു താഴ്ത്തുന്ന എഞ്ചിനീയർമാർ ഡ്രില്ലുകളിൽ പിടിച്ച് മേലോട്ടു നോക്കു മ്പോൾ മുഖത്ത് കല്ലേറ്. അവർക്കു നിൽക്കാൻ വയ്യ. ആലിപ്പഴമുതിരുന്ന പാറയിൽ അവർക്കു കാൽതെറ്റി. അവർ ഉരുണ്ടു വീഴുമ്പോൾ ഇടിച്ചു

നിർത്തിയ കരിമ്പാറയുടെ സർപ്പഫണങ്ങൾ വിഷപ്പല്ലുകളുടെ വജ്രധാര കളിറക്കിക്കൊത്തി. തലപൊളിഞ്ഞ്, എല്ലൊടിഞ്ഞ്, വയറു പിളർന്ന്.... അവർ വീഴുമ്പോൾ സ്ത്രീകൾ തലയിൽ തല്ലി നിലവിളികൂട്ടി. ഒരു ചാൺ വയറു പുലർത്താൻ അവർ മലകയറി. അവരെക്കൊല്ലുകയോ എറിഞ്ഞു വീഴ്ത്തുകയോ?

ഗതികെട്ട കൂലിപ്പട എമ്പരപ്പും പാഞ്ഞു.

നിൽക്കൂ നിൽക്കൂ.

നിന്നാൽ തലപൊളിയും, കല്ലേറ്. തലയിൽ തല്ലി, തലയിൽ പൊത്തി അവരോടി.

നിൽക്കൂ.

മേസ്തിരി പിന്നാലെ. കൂലിപ്പട നിന്നില്ല. ഈ ചാക്ക് കാണാൻ അവർക്കു വയ്യ. അവർക്കു ചാകാനും വയ്യ.

ഭഗവാനേ!

നിനക്കു കളിവിളയാട്ടം.

കർത്താവേ!

നീ കല്ലെറിയുന്നു. പാപം ചെയ്യാത്തവൻ നീ മാത്രം. ശരവർഷം നീ കല്ലെറിയുന്നു.

ഹരേ റാം! ഹറേ റാം!

എല്ലാ ഭാഷകളിലും പദങ്ങളിലും റോഡിൽ ദൈവമിറങ്ങി. കൂക്കും വിളിയും നിലവിളിയും മേസ്തിരിയുടെ വിസിലും ആലിപ്പഴത്തിന്റെ കോൽക്കളിയും അവരെ റോഡിലിട്ടു കശക്കി. അവർക്കു സുബോധം നശിച്ചു. വെറും കാലിൽ മുള്ളുപാദത്തിൽ ഗൂർക്കകളും ലെപ്ചകളും സന്ധാളുകളും കഴുതകളും എഞ്ചിനീയർമാരും ആലിപ്പഴും... ഓടാൻ റോഡില്ല. റോഡിൽ കാലുറയ്ക്കുന്നില്ല. കാലുതെറ്റി, കാലു കുഴഞ്ഞ്, കാലു നിരങ്ങി അവർ വീണു. വീണുപോയവർ ഭാഗ്യവാന്മാർ! അവരുടെ ദുരിതങ്ങളൊടുങ്ങി. അവരെ മെതിച്ച് ഹതഭാഗ്യരായ മനുഷ്യരും മൃഗങ്ങളും മേൽക്കുമേൽ സുല്ലില്ലാതെ പന്തയമോടി.

ഒരു വളവോ ഒരു തിരിവോ പൊന്നമ്മ കണ്ടില്ല. അവൾ ഒരു തുള്ളി, പ്രവാഹത്തിൽ പെട്ടു. അവൾ സൗദാമിനിയുടെ ചവിട്ടടിയിലാണോടുന്നത്. സൗദാമിനി തിരിഞ്ഞുനോക്കുന്നില്ല, പൊന്നമ്മയെക്കുറിച്ചൊരു ചിന്തയേ അവൾക്കില്ല.

ഭഗവാനേ!

ഭഗവാൻ ഒരു കഴുതയായി സൗദാമിനിയുടെ മുന്നിലോടുന്നുണ്ടായി രുന്നു. കല്ലേറുകൊള്ളുമ്പോൾ കഴുത കാലെറിയുന്നുണ്ടായിരുന്നു. കഴുത

പിൻകാലുകളിൽ നിവർന്നുനിന്ന് കരയുകയും ചെയ്തു. കഴുതയെ ഒഴിഞ്ഞോടുന്ന പുരുഷാരം സൗദാമിനിയെത്തിക്കി.

വീഴരുതേ!

സൗദാമിനിക്ക് കാൽ തെറ്റിയത് പൊന്നമ്മ കണ്ടില്ല. ഒരുപക്ഷേ, പൊന്നമ്മയുടെ കാൽ തട്ടിയിട്ടാവാം സൗദാമിനി വീണത്. അതൊന്നും പൊന്നമ്മയ്ക്കറിഞ്ഞുകൂടാ.

കർത്താവേ!

സൗദാമിനി വീണു. അവൾ വീണേടത്തു റോഡില്ല. താഴോട്ടു പോകുന്ന പോക്കിൽ സൗദാമിനി വിളിച്ചു:

ചേച്ചീ...

വിളിച്ചു എന്നു പൊന്നമ്മയ്ക്കു തോന്നി. പൊന്നമ്മ നിന്നില്ല. അവൾ പ്രവാഹത്തിൽ പെട്ടു പായുന്നു. തലയ്ക്കുമീതെ പൊങ്ങിയ സൗദാമിനിയുടെ കൈ പൊന്നമ്മ കണ്ടു. ആ കൈ ഒന്നു പിടഞ്ഞോ? പൊന്നമ്മയ്ക്കറിഞ്ഞുകൂടാ.

ഈ റോഡ് സ്വർഗത്തിലേക്കു പോകുന്നു! ഒത്തുനിൽക്കാനോ സ്വർഗ്ഗത്തിലേക്കെത്തിനോക്കാനോ പൊന്നമ്മയ്ക്കായില്ല. നിൽക്കുന്നതൊന്നും പ്രവാഹമല്ല. അവൾക്ക് നിൽക്കാൻ വയ്യ.

എന്നെ കൊല്ലരുതേ!

ഏഴ്

ഒരു മിന്നൽ, ഒരു തീയുണ്ട. ഒരു ദിവ്യപ്രഭയിൽ ദേവതാരവും മലഞ്ചെരിവും മുങ്ങി.

കത്തിയോ?

കണ്ണുചിമ്മിത്തുറക്കുമ്പോൾ വെള്ളിടിവെട്ടി, യാതൊന്നും കാണാനില്ല. എന്റെ കണ്ണുകൾ... ഈ തടസ്സാണോ മരണം! രാജൻ മരിച്ചുനിൽക്കുമ്പോൾ ദേവതാരം കടപൊട്ടി, ബങ്കർ തകർന്ന്, തേക്കിൻതടികളൊടിഞ്ഞ്, കാലനിറങ്ങിയ കരിമ്പോത്ത് കുളമ്പിട്ടടിച്ച്.... മരിച്ചിട്ടില്ല! മരിച്ചിട്ടുണ്ടെങ്കിൽ യാതൊന്നും കേൾക്കുകയില്ല. കത്തിയ ഗന്ധകത്തിന്റെയോ കരിഞ്ഞ മണ്ണിന്റെയോ ലോഹത്തിന്റെയോ രൂക്ഷഗന്ധം ശ്വാസനാളങ്ങളിൽ വിങ്ങി. ശ്വാസനാളമെന്ന ധാരണയില്ല. ജീവൻ! ജീവൻ സുഷുമ്നാകാണ്ഡത്തിൽ വീങ്ങുന്നുണ്ട്. ജീവന്റെ ആദിനാളം, ജീവന്റെ ആദികോശം ഇടിത്തീ വീണപ്പോൾ തണ്ടെല്ലിലെ താമരത്തണ്ടിലൊളിച്ചു.

സൃഷ്ടിയുടെ ആദിരഹസ്യം.

ആ രഹസ്യം മനസ്സിലായേനെ. പക്ഷേ, മരിച്ചുതീർന്നില്ല!

ഹൃദയം തെള്ളുന്നു. ശ്വാസനാളം വിങ്ങുന്നു. വയറെരിയുന്നു. ആദി കോശത്തിലവയവങ്ങളുരുത്തിരിയുകയാവാം. താമരത്തണ്ടിൽ നിന്നൂർന്നിറങ്ങിയ ഊഷ്മളപ്രസരം സിരാപടലങ്ങളിൽ പരന്ന് രാജന്നാകെ കോരിത്തരിച്ചു.

സത്യമായിട്ടും മരിച്ചിട്ടില്ല.

എനിക്കു നടക്കാനും കഴിയും.

നടന്നതു വെള്ളത്തിലൂടെയായിരുന്നു. ആലിപ്പഴമില്ല. എല്ലാമൊഴുകിപ്പോയി. എനിക്കെല്ലാം കാണാം. ബങ്കർ വീണിട്ടില്ല. എല്ലാം കാണുന്നില്ല! വെള്ളം, വെള്ളം മാത്രം.

പർവ്വതമിടിഞ്ഞ്- പർവ്വതം ജലസംഘാതമല്ല. പർവ്വതത്തിലെ മണ്ണിടിഞ്ഞ്, കല്ലുകൾ മറിഞ്ഞ് കല്ലുകളുരുണ്ട്, കാണെക്കാണെ പ്രവാഹം പെരുത്ത്, ബങ്കർ വീഴും. പ്രവാഹം ചുമരു തിക്കുന്നു.

ഓടിവരൂ.

ബങ്കറിൽനിന്നാരെങ്കിലും വിളികേൾക്കാനോ പുറത്തു വരാനോ രാജൻ കാത്തു നിന്നില്ല. വരമ്പു തിക്കിച്ചാടിയ വെള്ളം ചുമരു തിരക്കുകയാണ്. ഒരു ഷവലോ പിക്കാസോ വേണം. ഈ പ്രവാഹം തടയണം. വെട്ടിത്തിരിച്ചുവിടണം. ബങ്കറിലേക്കോടിക്കയറുമ്പോൾ വെളിച്ചത്തേക്കാളേറെ നിഴലുകൾ വീശുന്ന റാന്തലിന്റെ നൈലോൺവല വിരിച്ച് ആലിസഹീർ ചമ്രംപിടിഞ്ഞിരിക്കുന്നു.

ഷവലെവിടെ?

പിക്കാസെവിടെ?

ബങ്കർ വീഴും.... വിളിച്ചുകൂവാൻ തിരക്കിവന്ന വാക്കുകൾ നെഞ്ചിലോ തൊണ്ടയിലോ ചുണ്ടിലോ ഉറഞ്ഞു കിടന്നു. റാന്തൽ വീശിയ നിഴലുകളിൽ മലർത്തിയ ഫോട്ടോവിൽ നോക്കി എല്ലാം മറന്നിരിക്കുന്ന സഹീർ യാതൊന്നുമറിയുന്നില്ല.

അവനൊരേയൊരു ചിന്ത:

ജമീല!

കരിഞ്ഞ അല്പം തലമുടിയോ പുരികമോ വീണ്ടും മുളയ്ക്കുന്നു. പൊള്ളിയ ചർമ്മത്തിന്റെ നിറം വീണ്ടും തിരിച്ചുവരുന്നു.

നഷ്ടപ്പെട്ട സഹീറിന്റെ സുബോധമോ?

ഉദ്വേഗം തിരിച്ചുവരാതെ രാജന്റെ ശബ്ദം നേർത്തുപോയി.

സഹീർ.

ആലിസഹീർ മുഖമുയർത്തി. ഇമകരിഞ്ഞ കണ്ണുകളിൽ, ഒരുതുള്ളി

കണ്ണീരിൽ ദുഃഖം തുളുമ്പി. നിഴലിൽനിന്നു തെറ്റിത്തെറിച്ച റാന്തലിന്റെ പ്രകാശനാളം ആ നീർക്കണത്തിൽ ആയിരം കിരണങ്ങളുണർത്തി.

രാജൻ പറഞ്ഞു:

എണീക്കൂ സഹീർ. ബങ്കർ വീണുപോവും.

കേട്ടഭാവം സഹീറിനില്ല.

ഒന്നെണീക്കു സഹീർ, ഇല്ലേ നീയും ഞാനും പെട്ടുപോവും.

എട്ട്

ഇരമ്പിവരുന്നു. തോമസ് ഞെട്ടിയെണീറ്റു. പക്ഷേ, പട്ടി ചത്തിട്ടില്ല. വിസിലല്ല, ചൂളംവിളിയല്ല. കൊല്ലുക! വിചാരംപോലെ അത്ര എളുപ്പത്തിൽ സാധിക്കുന്നില്ല. ജീവന്റെ വേരുകൾ രോമകൂപാന്തരമിറങ്ങിപ്പടർന്നിട്ടുണ്ട്. ഇടിച്ചിട്ടും ഇടിച്ചിട്ടും ശിവാനന്ദന്റെ ജീവൻ പിടിച്ചുനിന്നു. ഒരു റോഡ് റോളറുരുണ്ട് മെറ്റലും കല്ലും ഞെരിയുംപോലെ റോഡ് കീഴ്മേൽ മറിഞ്ഞ് മെറ്റലും കല്ലും മണ്ണുമൊന്നിച്ച് നിരങ്ങിവരുംപോലെ ആരവം അവന്റെ ചെകിട്ടിലുതിർന്നു. അവന്നോടാൻ വയ്യ. അവന്റെ കാൽക്കൽ പകുതി ചത്ത ശവം. ശവം താഴോട്ടുരുട്ടുമ്പോൾ ഒരു പാക്കറ്റ്, ഒരടുക്ക്, ഒരുകെട്ട് നീല നിറം അതിന്റെ പാക്കറ്റിൽനിന്നു തുറിച്ചു. ജീവൻ പറിഞ്ഞുവരുന്നു! നൂറ് നൂറ് നൂറ്. അവന്റെ മുതുകിൽ കല്ലേറ്റത് നൂറുകണക്കിൽ. അവൻ ആ കെട്ടപ്പടി വാരി പാക്കറ്റിൽ തിക്കി. അവന്നാകെ വിയർത്തു. ഒരു വിഷജ്ജ്വരത്തിന്റെ ചൂടും പനിയും രോമകൂപംതോറും പുകയുന്നു. താനാകെ തീനാളം.

മുകളിൽ ഒരു പുരുഷാരം പേയിളകി പാഞ്ഞുവരുന്നു. അവരെങ്ങാനും കണ്ടോ? കണ്ടാലും കൊള്ളാം കണ്ടില്ലെങ്കിലും കൊള്ളാം. ഒരു വണ്ടി മറിഞ്ഞു. ഒരാൾ മരിച്ചു. ഒരാൾ രക്ഷപ്പെട്ടു. ദൈവം മനുഷ്യനെ സൃഷ്ടിക്കുന്നത് മരിക്കുന്നതിനല്ല. തോമസ് ജീവിക്കുന്നു. മരിച്ചവനെ തള്ളിമറിക്കുമ്പോൾ അവൻ താഴ്‌വരയിലേക്കൊന്നു നോക്കുകപോലും ചെയ്തില്ല.

ആയിരം സ്ത്രീകൾ തുള്ളിയിറങ്ങി, കൂക്കും വിളിയും നിലവിളിയും മേസ്തിരിയുടെ വിസിലും ആലിപ്പഴും കഴുതകളും– അവന്നോടാൻ വയ്യ. അവരവനെ തട്ടിയിടും. അവന്നു നിൽക്കാൻ വയ്യ. അവരവനെ തള്ളിയിടും. ഒഴിഞ്ഞുനിൽക്കാൻ, വഴിമാറാൻ, ഒളിഞ്ഞുനിൽക്കാൻ നോക്കുമ്പോൾ, നന്മനിറഞ്ഞോരമ്മേ, റോഡിലേക്കിടിച്ചുനിർത്തിയ പാറ, അതിന്റെ കീഴിൽ നിൽക്കാം, പറന്നെത്താം. എവിടന്നീ ചിറകുകൾ? തോമസ് പാറക്കെട്ടിന്നടിയിൽ നെഞ്ചടക്കിക്കിതച്ചു. മാതാവേ! അവൻ പാക്കറ്റിൽ പണം പൊത്തി. എവിടന്നിത്ര പണം വന്നു? പണം പണം പിണം....

പുരുഷാരം പാഞ്ഞെത്തി. അവർ വരുന്ന വരവിൽ ഈ കെണിയിൽ, മരണക്കിണറിൽ വീണടിയും. നിൽക്കൂ നിൽക്കൂ നിൽക്കൂ.... അവനൊരു വാക്കും വന്നില്ല. ആരവത്തിന്നെന്തോ മാറ്റമുണ്ടായി. ആലിപ്പഴമുതിരു ന്നില്ല. മഴ പെയ്യുന്നു. മഴയാണെന്നു മനസ്സിലാകുമ്പോൾ മഴ കോരി ച്ചൊരിയുകയായിരുന്നു.

മുടിയഴിഞ്ഞ്, തോളിൽ തുള്ളി ചേലകളഴിഞ്ഞ്, പാവാടകളുരിഞ്ഞ്, പരവശപ്പെട്ട സ്ത്രീകൾ തലയിൽ തല്ലി, തലയിൽ പൊത്തി, നിലവിളിച്ചി റങ്ങി. തോമസ് രക്തം കണ്ടു പകച്ചു. അവരുടെ തലയിൽ രക്തം. അവന്റെ, കൈയിൽ രക്തം. അവരുടെ കാലിൽ രക്തം. പെരുമഴ അവരുടെ മുഖം കഴുകി. അവൻ നെഞ്ചിൽ കൈകൾ പൊത്തി. ജീവനിരക്കുന്ന അവരുടെ നനഞ്ഞ കൺപീലികളിൽ ദുഃഖമെരിഞ്ഞ മഷി കാണാം. ചോരത്തുള്ളി യുടെ നാളം കാണാം.

അവരുടെ തലയിൽ, നെറ്റിയിൽ കല്ലേറിന്റെ പരിക്കുകളായിരുന്നു. വെറും കാലുകളോ കരിങ്കൽച്ചീളുകളുടെ വജ്രധാരകളിൽ കീറിമുറിഞ്ഞതായി രുന്നു.

വീഴരുതേ, ആരും വീഴരുതേ!

ഇറങ്ങിപ്പോകുന്ന മുഖമോരോന്നും അവന്റെ കണ്ണുകളിൽ തങ്ങി. കണ്ടോ, എന്നെക്കണ്ടോ? ഞാനൊരു കൊലപാതകവും ചെയ്തിട്ടില്ല. വണ്ടി മറിഞ്ഞ് ഒരാൾ മരിച്ചു. ഒരാൾ രക്ഷപ്പെട്ടു.

വീഴുമോ, ആരെങ്കിലും വീഴുമോ?

അവന്റെ നെഞ്ചിൽ തീയാളി.

നീയോ?

ഒന്നു വിളിക്കാനാവാതെ, പിടിച്ചുനിർത്താനാവാതെ തോമസ് നിന്നു പൊരിഞ്ഞു. പിന്നെ അവൻ ഗതികെട്ടു വിളിച്ചു:

പൊന്നമ്മാാാ!

ഒമ്പത്

ഒന്നെടുക്കാനേ തിബത്തന്നും കഴിയൂ. അതെടുത്തു മുതുകിൽവെച്ച് തിബത്തൻ കയറിപ്പോയി. തനിയെ കയറാൻപോലും ചന്ദ്രമോഹന്നു ധൈര്യമില്ല. റോഡ് എത്രമാത്രം ഉയരത്തിലാണെന്ന് ഒരു ധാരണയുമില്ല. ജന്മനാ കുതിർന്നു കിടക്കുന്ന ഈ പാറകളിൽ ഒന്നു വഴുതിയാൽ.... തിബ ത്തൻ സമർത്ഥൻ. അവന്റെ പാദങ്ങൾക്കു നഖങ്ങളുണ്ട്. ഒരു പൂച്ചയുടെ മെയ്‌വഴക്കത്തോടെ അവൻ കയറിപ്പോയി. കമഴ്ത്തിയ വട്ടച്ചെമ്പായി,

ഒച്ചിന്റെ പുറംതോടായി, മേലോട്ടു മേലോട്ട് വീൽ കയറി. പിന്നെ മുകളി ലെങ്ങോ ഒച്ച് മുങ്ങിപ്പോയി.

രണ്ടാമത്തെ വീലിന്ന് ചന്ദ്രമോഹൻ കാവൽനിന്നു. രണ്ടെണ്ണം മാത്രമേ വേണ്ടൂ. ഒരു ട്രോളിക്ക് രണ്ടു വീൽ മതിയല്ലോ. ചന്ദ്രമോഹന്നതി മോഹമില്ല. പാക്കിങ് കേസിലിട്ടടച്ച് ചാക്കുതുണികൊണ്ടു പൊതിഞ്ഞ് പേരും നമ്പരും മേൽവിലാസവുമെഴുതിയാൽ മതി. എങ്ങനെയും റോയ്മാർക്കറ്റിലെത്തിക്കാൻ കഴിയും. എത്ര വണ്ടികൾ പോകുന്നു? ആരെങ്കിലും കൊണ്ടുപോകും. സഹോദരാ, ഇതെന്റെ കിറ്റാകുന്നു. നിങ്ങൾ സിലിഗുഡിയിലേക്കല്ലേ എന്നെ റോയ്മാർക്കറ്റിന്നടുത്തിറക്കി വിട്ടേക്കൂ.

ഒരൊറ്റ ട്രോളി മതി. ഭാഗ്യമുണ്ടെങ്കിൽ അതുകൊണ്ടു നേടാം. അഞ്ചു രൂപാ നിത്യവാടക വന്നാൽ മതിയല്ലോ. മാസത്തിൽ നൂറ്റമ്പതുരൂപ. ഒരു വർഷത്തിൽ... അതൊരു വലിയ തുകയാവും. പെട്ടെന്നു തുക വന്നില്ല. താനെത്ര നിസ്വനാണെന്ന് അവനോർത്തുപോയി. ഒരു വധുവിനെ നേടാൻപോലും തന്നെക്കൊണ്ടായില്ല.

എല്ലാം ചന്ദ്രമോഹൻ നേടും. ജപ്പാനിൽ ജനിച്ച ജോംഗയുടെ വീലു കൾ റോയ്മാർക്കറ്റിൽ ട്രോളിയുരുട്ടും. ഗോഡൗണുകളിൽനിന്നു പാണ്ടിക ശാലകളിലേക്കു ട്രോളിയുരുളട്ടെ ഉരുളട്ടെ...

ഒരു പാട്ട് തെറ്റാതെ ഒരിക്കലും ചന്ദ്രമോഹൻ പാടിയിട്ടില്ല. എന്നാലും കാൽക്കൽ കാത്തു കിടക്കുന്ന വീലിനോട് ഒരു പാട്ടു പാടാൻ തോന്നി. നിന്നെ ഒരിടത്തു ഞാൻ കൊണ്ടുപോകും....

പാറക്കെട്ടുകളുടെ മസ്തകങ്ങളിൽ നൃത്തമാടിയിറങ്ങുന്ന ജലപാത ങ്ങൾ പാട്ടിന്നു താളം നൽകി. നിലം അഞ്ചാതെ പായുന്ന കാട്ടാറി ലിമ്പംകൊണ്ട് അവൻ തന്നത്താൻ മറന്നു.

പെണ്ണേ,

നീ പോകുന്നതു സിലിഗുഡിയിൽ.

തിഷ്ടയിലൂടെ സിലിഗുഡിയിൽ.

ഞാൻ വരുന്നതു സിലിഗുഡിയിൽ.

ഞാൻ പ്രവാസി, നിസ്വൻ.

നിന്നെയൊന്ന് തൊടാമോ?

നീയെന്നെ മറന്നാലോ!

പെണ്ണേ...

കൈകൾ മരവിച്ചുപോകുമെന്നോർക്കാൻ അവന്നിഷ്ടമില്ല. എന്നിട്ടും കാട്ടാറിനെത്തന്നെ നോക്കിനിന്നു. ആറ് പെരുക്കുകയാണെന്ന് ആദ്യമാദ്യം

അവനറിഞ്ഞില്ല. പാട്ടുപാടി നടന്നുവരുമ്പോൾ അവന്റെ വീലിനെ വാരാൻ പ്രവാഹം കൈനീട്ടുന്നു.

മനസ്സു ചൊടിച്ച് വീലെടുത്തു നോക്കുമ്പോൾ വീലിന്നൊപ്പം കൈയെത്തി!

ഈ തിബത്തൻ, ഇവനെന്തുകൊണ്ടു വന്നില്ല?

കാളമേഘത്തിന്റെ ആയിരം കൈകളിറങ്ങി പർവ്വതത്തിന്റെ പുറംവടിവുകളിൽ തടഞ്ഞു, പുളകം. പർവ്വതത്തിന്റെ കന്നിമണ്ണിനു സർപ്പങ്ങളിറങ്ങി നുഴഞ്ഞു, വേപഥു. മണ്ണിടിച്ച് കല്ലുകളുരുട്ടി വരുന്ന പ്രവാഹത്തിന്റെ ജിഹ്വകൾ–

പ്രവാഹത്തിന്റെ ജിഹ്വകൾ നാരായങ്ങളിൽ ചുഴിഞ്ഞ് കല്ലും മണ്ണും പിഴുതു തുപ്പി.

ആദ്യമാദ്യം ഉരുളൻകല്ലുകളായിരുന്നു. പോകപ്പോകെ കല്ലുകൾ പെരുത്തു. ആനത്തലയോളം കല്ലുകളുരുണ്ടുവന്നു. ആനക്കുട്ടികളോളം കല്ലുകൾ മറിഞ്ഞു. ആനയോളംപോന്ന കല്ലുകൾ നിരങ്ങി. ഒരു നീർച്ചാൽ നിസ്സാരം. അതാർക്കും കവച്ചു കടക്കാം. പക്ഷേ, നിമിഷങ്ങൾക്കുള്ളിൽ മലഞ്ചെരിവിനെ കുത്തനെ പകുത്ത് നീർച്ചാൽ ഒരു നദിയായി. ആ നദി ദുർഗ്ഗയുടെ നാക്കുപോലെ രക്തരൂഷിതമായി. ആ ദുരന്തപ്രവാഹത്തിൽ പാറക്കെട്ടുകൾ പുഴങ്ങി വീണപ്പോൾ റോഡ് അപ്പാടെ തകർന്നു.

രോമരോമാന്തരം നടുങ്ങി ചന്ദ്രമോഹൻ നിന്നറഞ്ഞു:

കാഞ്ചാ....

അവന്റെ ശബ്ദം അവനുപോലും കേൾക്കാൻ വയ്യ. ശബ്ദം തൊണ്ടയിൽ മുങ്ങിപ്പോകുന്നു. കൂമ്പിൽ കാളിത്തീരുന്നു. അവന്റെ മുന്നിൽ വൈതരണി. അതു കണ്ടു ഭയന്ന് പിന്നോട്ടോടുമ്പോൾ, പിന്നിൽ വൈതരണി.

അവന്റെ തലയ്ക്കുമീതെ ഭൂകമ്പം. നെറുകയിൽ കൈയറഞ്ഞ് അവൻ പറഞ്ഞു. അവന്റെ കാൽക്കൽ പ്രളയം. മലവെള്ളം വീലെടുത്തു വിഴുങ്ങും. അവനെത്തന്നെ വിഴുങ്ങും.

കാഞ്ചാ....

തിബത്തന്റെ ഒരനക്കവും അടയാളവുമില്ല. അവന്റെ പേരുപോലും ചന്ദ്രമോഹന്നറിയില്ല.

കാ....

അവനൊച്ച പൊന്തുന്നില്ല. ചന്ദ്രമോഹൻ തിബത്തനെ സ്മരിച്ചു. പത്തു പാക്കറ്റു തരാം. ഒരുകുപ്പി റം തരാം. മണ്ണെണ്ണ തരാം. പാലും പഞ്ചസാരയും തരാം. വാ കാഞ്ചാ, വരൂ. ഒരു കയറെറിഞ്ഞുതരൂ. നേർച്ചകൾ

നേർന്നിട്ടും തിബത്തൻ വന്നില്ല. അവനൊരിടത്തും നിൽക്കക്കള്ളി കിട്ടുന്നില്ല. തലയ്ക്കുമുകളിൽ റോഡിടിഞ്ഞ് കരിങ്കല്ലു വർഷിക്കുന്നു. എത്രയോ തവണ എത്രയോ ദിക്കിൽ അടിച്ചുവരോടെ റോഡിടിഞ്ഞു വീണു. വാലെടുത്തുരുട്ടി ചന്ദ്രമോഹൻ പാഞ്ഞു. അവനെ രക്ഷിക്കാൻ തിബത്തന്നേ കഴിയൂ. നിന്റെ മുതുകിൽ ഞാനിരിക്കും. എന്റെ തലയിൽ വീലിരിക്കും. നീയെന്നെ കൊണ്ടുപോകും. വെണ്ണ തരും. ഞാൻ നെയ്യും തരും. ഞാൻ. കാഞ്ചാ....

ദിശകൾ തിരിഞ്ഞ് അവൻ ജീപ്പിന്റെ ചക്രമുരുട്ടി. താഴെ വെച്ചാൽ വീർത്തു വീർത്തടുക്കുന്ന വൈതരണി നക്കിക്കൊണ്ടുപോകും. ആ വീൽ അവൻ വിടില്ല. ഏവൻ നിസ്വൻ, പ്രവാസി. ഒരൊറ്റ ട്രോളി മതി, നേടേണ്ട തെല്ലാം നേടും. ഈ വീൽ ഇതൊരു ജഡമല്ല, റബ്ബറല്ല. അതവന്റെ സർവ്വസ്വം. ജീവിത സർവ്വസ്വം പൊക്കിയെടുത്ത് അവൻ മാറത്തടക്കി പ്പിടിച്ചു.

എന്റെ പൊന്നേ.

അവൻ വീലിന്നുമ്മവെച്ചു. എന്നിട്ടും പൊറുക്കാതെ വീലിൽ കടിച്ചു.

നാം പെട്ടുപോയല്ലോ!

പ്രവാഹത്തിന്റെ ജിഹ്വകൾ ബങ്കറിന്റെ ഒരു വശം ചുമരിടിച്ചു വിഴുങ്ങി. രാജൻ പുറത്തു കടക്കുമ്പോൾ മേൽപ്പുര തലയിലേക്കു താഴുന്നു. അയാൾ വാതിൽക്കൽ സ്തംഭിച്ചുനിന്നു. മേൽപ്പുര പൊക്കാൻ വയ്യ. കൈകൾ താഴുന്നു. കാലുകൾ താഴുന്നു. മേൽപ്പുര വീണ്ടും താഴോട്ടിടിഞ്ഞ് പ്രവാഹത്തിൽ മുങ്ങുമ്പോൾ ആകാശങ്ങളെ നെടുനീളം വെട്ടിപ്പിളർന്ന് ഇടിവാൾ വീശി. അതു പർവ്വതത്തിലേറ്റ് പൊട്ടിത്തകരുമ്പോൾ ദേവതാരം നിന്ന നിൽപ്പിൽ കത്തി.

ജീവനും മരണത്തിനുമിടയ്ക്ക് പഞ്ചഭൂതങ്ങളും പഞ്ചഭൂതങ്ങളിൽ ജലവും ജലത്തിൽ അഗ്നിയും അഗ്നിയിൽ ഊഷ്മാവും ഊഷ്മാവിൽ ജീവന്റെ ആദിപിതാവും–

അഗ്നി മീളേ പുരോഹിതം!

കത്തുന്ന തീയോടെ പ്രവാഹം തീർത്ത ശവക്കുഴിയിലേക്ക് ദേവതാരം മറിഞ്ഞു. വീഴുന്ന ബങ്കറിന്റെ മുകളിൽ, പിഴുതു തീരാത്ത വേരുകളിൽ ദേവതാരം കിടന്നു. ദേവതാരത്തിന്നും മണ്ണിൽനിന്നു വേർപെട്ടു പോകാൻ മനസ്സില്ല!

രാജനും മനസ്സില്ല.

പ്രവാഹത്തിലേക്കിടിയുന്ന മണ്ണോടൊപ്പം പ്രളയത്തിലേക്കാണ്ടുപോ കുമ്പോഴും അയാളാശിച്ചു. ഞാനിപ്പോഴും മണ്ണിൽത്തന്നെ!

പാറക്കെട്ടുകളുടെ മസ്തകങ്ങൾ തകർത്തിടിച്ചു ചാടുന്ന പ്രളയ പ്രപാതത്തിൽ മനുഷ്യർ, മൃഗങ്ങൾ, ജഡങ്ങൾ. തിബത്തനും പോയിട്ടു ണ്ടാവാം.

ചന്ദ്രമോഹന്റെ കണ്ണിക്കാലിൽ വെള്ളം. അവൻ ചുറ്റുന്ന ആട്ടക്കള ത്തിന്റെ വലയം മുറുകി കാൽമുട്ടിൽ വെള്ളം കയറി അവന്നു ചുറ്റാവുന്ന വലയം വീലോളം ചെറുതായി അവനനങ്ങാൻ വയ്യാതായി, മരവിക്കുക യാണല്ലോ!

വീൽ മാറത്തടക്കി അവൻ നിന്നു തിരിഞ്ഞു.

വിടില്ല നിന്നെ ഞാൻ....

അരയ്ക്കുമീതെ വെള്ളം കയറി. അവനറിഞ്ഞില്ല. താനറിയാതെ തന്നെ മുഴുവൻ മരവിച്ച് അവനൊരു ജഡമായൊഴുകിപ്പോയി.

സിലിഗുഡിയിൽ, തിഷ്ടാനദിയുടെ മണൽത്തിട്ടകളിൽ ആയിരം ജഡങ്ങൾ അടിഞ്ഞുകൂടി. ∎

www.ingramcontent.com/pod-product-compliance
Lightning Source LLC
LaVergne TN
LVHW040104080526
838202LV00045B/3761
* 9 7 8 8 1 8 4 2 3 3 4 7 6 *